வளமான வாழ்வு தரும்
ஸ்ரீ சக்ர மகாசக்தி

பரமஹம்ச ஸ்ரீ பரத்வாஜ் ஸ்வாமிகள்

சங்கர் பதிப்பகம்

21, டீச்சர்ஸ் கில்டு காலனி,
2வது தெரு, இராஜாஜி நகர் விரிவு,
வில்லிவாக்கம், சென்னை – 600 049
தொலைபேசி : 2650 2086
email: shankar_pathippagam@yahoo.com
www.shankarpathippagam.com
www.bookthagam.com

வளமான வாழ்வு தரும்
ஸ்ரீ சக்ர மகாசக்தி : by Sri Bharathwaj Swamigal

பதிப்பு : 2017

விலை : ₹ 130/-

மொத்தப் பக்கங்கள் : 144

வெளியிட்டோர் : சங்கர் பதிப்பகம்,
15/21, டீச்சர்ஸ் கில்டு காலனி,
2–வது தெரு, இராஜாஜி நகர் விரிவு,
வில்லிவாக்கம்,
சென்னை – 600 049.
தொலைபேசி : 26502086

ஒளி அச்சு : ஸ்ரீ விக்னேஸ்வரா கிராஃபிக்ஸ்,
9884513164

முன் அட்டை : N. ரமேஷ், 9840676513

அச்சிட்டோர் : எம்.கே.கிராபிக்ஸ்,
சென்னை – 600 021.
செல்: 98408 28213

★★★

நூன் முகம்

க்ஷேமம் என்றால் என்ன? நலமாக இருத்தல் என்று எளிமையாக இதற்குப் பொருள் கொள்ளலாம். நலமாக இருப்பது என்றால் எல்லாச் செல்வங்களையும் பெற்றிருப்பது, உடல் ஆரோக்கியத்துடன் இருப்பது ஆகியவைகள் தான் என்பது உலக மக்களின் கருத்தாக இருக்கிறது. செல்வமும், உடல் ஆரோக்கியமும் நிலையானது அல்ல. எந்த விநாடியிலும் இந்த இரண்டும் நம்மை விட்டு போய் விடும். இதை தினமும் அனுபவரீதியாக நாம் அறிந்து கொண்டிருக்கிறோம். அப்படியிருக்கும் போது செல்வமும், உடல் ஆரோக்கியமும் எப்படி உண்மையான க்ஷேமமாக இருக்க முடியும்? உண்மையான க்ஷேமம் என்பது நிலையானதாக இருக்க வேண்டும். எவரும் அதை நம்மிடமிருந்து பறிக்க முடியாததாக இருக்க வேண்டும். எவராலும் அழிக்க முடியாததாகவும் இருக்க வேண்டும். இதுதான் உண்மையான க்ஷேமத்திற்கு இலக்கணமாக இருக்கிறது.

அப்படிப்பட்ட உண்மையான க்ஷேமத்தை உலக மக்களுக்கு அருள வேண்டும் என்ற திருவுளத்தில் தான் 'வளமான வாழ்வு தரும் ஸ்ரீ சக்ர மகாசக்தி' என்ற நூல் உதயமாகியுள்ளது. அம்பிகையை ஸ்ரீ சக்ர வடிவில் ஆராதனை செய்யும் முறைகளை பரமஹம்ச ஸ்ரீமத் பரத்வாஜ சுவாமிகள் எளிமையாக இந்நூலில் அருளியிருக்கிறார். இதன் மூலம் நாம் அனைவரும் நிலையான க்ஷேமத்தை அடைய நல்வழியைக் காட்டுகிறார்.

ஸ்வாமிகள் கூறுகிறார் - எங்கும் வியாபித்து இருக்கும் சக்தியை பிராணனுக்கு பிராணனாகவும், மனதுக்கு மனமாகவும், கல்லிற்குள் தேரைக்கும், கருப்பையில் உயிருக்கும், உயிராகவும் எந்த சக்தி விளங்குகிறதோ அந்த சக்தியை நமது பிராணனில் இருந்து வெளியே கொண்டு வந்து தனி உடல், பொருள், ஆவி எல்லாம் நீயே என்றும், நீயே நான், நானே நீ என்று ஹம்ஸ: ஸோஹம்: ஸோஹம்: சிவ என்ற தன்மையை ஒரு மூர்த்தியின் உருவத்திலோ, சக்ரத்திலோ அல்லது கலசத்திலோ நியமிப்பது ப்ராண பிரதிஷ்டையாகிறது. அப்படி எந்தப் பொருளில் பிராண பிரதிஷ்டை செய்யப்படுகிறதோ அப்போது அந்தப் பொருளின் பெயர் நீங்கி பிரதிஷ்டை செய்யப்படும் தேவதையாக மாறுகிறது. அப்படிப்பட்ட தேவதையை தன் ஆராதனையின் பொருட்டு எழுந்தருளச்

செய்ய வேண்டும். நிலைக்க வேண்டும். அருகில் இருக்க வேண்டும். ஒன்று கலந்து இருக்க வேண்டும். மறைந்து இருக்க வேண்டும் என்று ஆவாஹிதோபவா போன்ற மந்திரங்களால் வேண்டப்படுகிறது.

காற்று எங்கும் நிறைந்து இருந்தாலும், ஒரு சாதனத்தைக் (பம்பு) கொண்டு தான் டியூப்பில் நிரப்ப வேண்டியிருக்கிறது. அதுபோலத்தான் சக்தி எங்கும் நிறைந்து, வியாபித்து இருந்தாலும் மனம் என்ற சாதனத்தின் மூலமாக ஆராதனை என்ற சாதனத்தின் மூலமாக சக்தியை அறிவதே பிராண பிரதிஷ்டை என்பதாகும். இவ்வாறு சக்தியை நாம் அறிவதற்கு ஸ்ரீ சக்ர ஆராதனை மூலமாக ஸ்வாமிகள் க்ஷேமப்பாதையைக் காட்டுகிறார்.

மனத்தை அம்பிகையிடம் முழுவதுமாக அர்ப்பணிக்க ஸ்ரீ சக்ர ஆராதனை நமக்கு நல்வழியினை காட்டுகிறது. ஸ்ரீ சக்ர ஆவரணங்கள், ரேகைகள் முதலான தத்துவங்கள் மிக எளிமையாக ஸ்வாமிகளால் இந்நூலில் விளக்கப்பட்டுள்ளது. இந்நூலை வாசிப்பவர்கள், செயல்முறையில் பின்பற்றுகிறவர்கள், லௌகிக தளம், அறிவுத் தளம் ஆகிய தளங்களைத் தாண்டி உண்மையான, நிலையான தளமாகிய ஆன்மீகத் தளத்திற்கு பிரவேசிப்பார்கள்.

குழந்தைப் பருவத்தில் ஒவ்வொருவனும் தன் இனம் கடந்து மேலே வந்த நிலைகள் வழியாக விரைந்து செல்கிறான். ஓர் இனம் ஆயிரம் ஆண்டுகளில் செய்து முடித்ததைக் குழந்தை ஒரு சில ஆண்டுகளில் செய்கிறது. குழந்தை முதலில் பண்டைய காட்டுமிராண்டி மனிதனாக இருக்கிறது. தன் காலால் வண்ணத்துப் பூச்சியை நசுக்குகிறது. வளர்ச்சியடையாத தன் இன முன்னோரைப் போல் உள்ளது. அது வளர்ந்து வரும் போது பற்பல நிலைகள் வழியாக முன்னேறி, இறுதியில் தன் இனம் அடைந்துள்ள முதிர்ச்சியை அடைகிறது. ஆனால் இதை மிகக் குறைந்த காலத்தில் விரைவாக அது செய்து விடுகிறது.

அதேபோல் ஸ்வாமிகள் காட்டும் ஸ்ரீ சக்ர ஆராதனைப் பாதை என்பது மனிதர்களை மிக விரைவில் அம்பிகையிடம் சேர்க்கும் அற்புதப் பாதையாகும். நமக்கு நாமே உண்மையாக இருப்போமேயானால் இந்த வழிமுறைகளை விரைவுப்படுத்த நம்மால் முடியும். பண்பாடற்ற மனிதர்களை ஒரு தீவில் வாழும்படி விட்டு போதிய அளவுக்கு உணவும், உடையும், இடமும் அளித்தால் அவர்கள் படிப்படியாக முன்னேறி வளர்ந்து உயர் நாகரீக நிலைகள் வழியாக முதிர்ந்து வருவார்கள். இந்த வளர்ச்சியை துணை சாதனங்களால் வேகமாக்க முடியும். மரங்களின் வளர்ச்சிக்கு நாம் துணை செய்கிறோம். நாம் உதவாவிட்டாலும் அவை வளர்ந்திருக்கும்.

அதற்கான காலம் மட்டும் ஒருவேளை அதிகமாகியிருக்கலாம். இயற்கையாக, இயல்பாக அது வளர்வதற்கு எடுக்கின்ற காலத்தை விட விரைவில் வளர நாம் அவற்றிற்கு உதவுகிறோம். அதேபோல் மிக இழிந்த நிலையில் இருக்கும் மனிதன் கூட பரிபூரணத்தை அடைவான் என்பது உறுதி. ஆனால் கணக்கற்ற பிறவிகளும், யுகங்களும் அதற்குத் தேவைப்படும். அப்படிப்பட்ட மனிதனையும் வெகு விரைவில் பரிபூரண நிலையை அடைவதற்கு வழிகாட்டுகிறார் ஸ்வாமிகள். வேகப்படுத்துகிறார். அந்த வேகத்திற்குரிய அற்புத சாதனம் தான் ஸ்ரீ சக்ர ஆராதனை. ஸ்வாமிகளும் அற்புதத் தத்துவம் ஒன்றைத் தருகிறார்.

கத்தரிக்காய் பல மூட்டைகளை வைத்துக் கொண்டு அலட்டிக் கொண்டிருந்தாராம் ஒரு காய்கறி வியாபாரி. தான் ஒரு பெரிய வியாபாரி. தன்னிடம் இவ்வளவு சரக்கு இருக்கிறதென்று. ஆனால் ஒரே ஒரு வைரக் கல்லை சிறு பெட்டியில் வைத்துக் கொண்டு அடக்கமாக இருந்தாராம் ஒருவர். மூட்டையிலுள்ள கத்தரிக்காய் விற்பனையாகாமல் அழுகிப் போயிற்று. அழுது கொண்டிருந்தான் காய்கறி வியாபாரி. வைரக்கல் நல்ல விலை போயிற்று. உயர்ந்தான் அந்த அடக்கமானவன்.

வைரம் ஞானத்திற்கு ஒப்பானது. கத்தரிக்காய் வீண் வாழ்க்கைக்குச் சமமானது என்று நமக்குச் சரியான வழியை ஸ்வாமிகள் காட்டுகிறார். இப்போது உலகப் பொருள்களை நாடி வாழும் வாழ்க்கை கத்தரிக்காய் போன்றது. அழுகிப் போகும். ஞானம் என்ற வைரக்கல்லை நாட வேண்டும். அதுவே அழியாத சொத்து. இந்த அழியா சொத்தினை நமக்கு கிடைக்க ஸ்வாமிகளால் அருளப்பட்ட பொக்கிஷம் தான் "வளமான வாழ்வு தரும் ஸ்ரீ சக்ர மகாசக்தி" நூல்.

இந்நூலுக்கு நூன்முகம் எழுதும் வாய்ப்பு அன்னை ஸ்ரீ புவனேஸ்வரியின் திருக்கருணையாலும், குருவருளாலும் எனக்குக் கிடைத்திருக்கிறது. அனைவரும் இந்நூலை வாசித்து ஞானம் என்ற வைரத்தைப் பெற வேண்டும் என்று இறைவனை வேண்டுகிறேன்.

தெள்ளாறு E. மணி

★★★

நூலின் உள்ளே

❖❖❖

1

அன்னையின் தரிசனம்

க்ஷேமப்பாதை என்றால் என்ன...? என்ன...? க்ஷேமமாக இருக்கிறீர்களா...? என்று குசலம் விசாரிக்கிறோம். பொதுவாக உடல் ஆரோக்கியத்துடன் செல்வ வசதியுடன் வாழ்வதுதான் க்ஷேமம் என்று எல்லோரும் நினைத்துக் கொண்டிருக்கிறோம். இந்த கருத்து முற்றிலும் நிராகரிக்கப்பட வேண்டியது. ஏனெனில் உடல் ஆரோக்கியம் என்பது நிரந்தரமானது அல்ல. எப்போது வேண்டுமானாலும் நோயானது உடம்பைத் தாக்கும். அப்போது இந்த உடல் பலவீனமடைகிறது. உடல் பலவீனம் அடைய, அடைய உயிரானது உடலில் தங்காது. உயிர் பிரிந்து விட்டால் மனித உடலைப் பிணம் என்றுதான் அழைப்பர்கள். ஆகவே உடல் ஆரோக்கியம் என்பது க்ஷேமத்தைத் தராது என்பது விளங்கும்.

அதேபோல் சகல வசதிகளுடனும், செல்வச் செழிப்புடனும் வாழ்வது க்ஷேமம் என்று கருதக் கூடாது. ஏனெனில் இன்று அரசனைப் போல் செல்வம் வைத்திருப்பவன் திடீரென்று ஒன்றுமில்லாத ஆண்டி போல் ஆகிவிடுவதை நாம் காண்கிறோம். பலசமயங்களில் செல்வச் செழிப்பு காரணமாக பொறாமை குணம் மேம்பட்டு குடும்பங்கள் சிதறி சின்னாபின்னமாவதையும் கண்டு வருகிறோம். ஆகவே நிலையற்ற இந்த செல்வத்தால் க்ஷேமம் வராது என்பதும் உறுதியாகத் தெரிகிறது.

க்ஷேமப்பாதை என்பது எவராலும் நம்மிடமிருந்து க்ஷேமத்தைப் பறிக்க முடியாததாக இருக்க வேண்டும். அந்தப் பாதையைக் குருவருளால் நாம் பெற முடியும். இதற்கு முதல்படி அற்பப் பொருட்கள் மீது இருக்கும் ஆசையைக் கைவிட வேண்டும். அப்போது தான் மெய்ப்பொருளைப் பற்றிய ஞானத்தைப் பெற முடியும். செல்வத்தை வழிபடுவதை விட்டு அன்னையை வழிபட வேண்டும். அவளையே ஆராதிக்க வேண்டும். அப்படிச் செய்தால் க்ஷேமப்பாதையை அவள் காட்டுவாள்.

நீங்கள் அன்னையின் அருள் பெற்றிருக்கும் காரணத்தால் தான் "வளமான வாழ்வு தரும் ஸ்ரீ சக்ர மகாசக்தி" என்ற தலைப்பில் உதயமாகியிருக்கும் இந்நூலை வாசிக்கும் வாய்ப்பினைப் பெற்றிருக்கிறீர்கள்.

ஸ்ரீ சக்ரத்தில் அம்பிகையை முறைப்படி எழுந்தருளச் செய்து ஆராதிக்கும் போது அவளுடைய அருள் வேகமாக நம்மிடம் வருகிறது. ஒருவர் சென்னையிலிருந்து டெல்லி மாநகரம் செல்ல விரும்புகிறார். கால் நடையாக நடந்து சென்றால் டெல்லியை அடைய நீண்ட நாட்களாகும். ஆனால் விமானத்தில் பயணம் செய்தால் சில மணித் துளிகளில் டெல்லியை அடைந்து விடலாம். அதேபோல் எவ்விதத் திட்டமும் இல்லாமல் இந்த உலகத்தில் பிறந்து பிறந்து, இறந்து இறந்து வாழ்பவர்கள் வெகு காலம் எடுத்துக் கொள்கிறார்கள் க்ஷேமத்தை அடைய. ஆனால் விவேகம் கொண்டவர்கள் இந்தப் பிறவியிலேயே நிலையான க்ஷேமத்தை அடைந்து விடுகிறார்கள். விமானத்தில் பயணம் செய்வது போல ஸ்ரீ சக்ர ஆராதனை. எந்தத் திட்டமும் இல்லாமல் வாழ்க்கையை நடத்துவது கால்நடைப் பயணம் போன்றது. ஸ்ரீ சக்ர ஆராதனையில் எல்லா லோகங்களை யும் அடக்கி ஆராதனை செய்வதன் மூலம் அம்பிகை மகிழ்ச்சி

கொள்கிறாள். பக்தனின் தடைகளையெல்லாம் அவளே தகர்த்தெறிந்து அவள் தன் இருப்பிடத்திற்கு வருவதற்கு வழி செய்கிறாள். பிந்து மண்டலத்தில் தனி தரிசனத்தை அருள்கிறாள்.

பிந்து மண்டலத்தில் அன்னையின் தரிசனம்

ஸ்ரீ ஸேவ்யே பாத கமலே ஸ்ரித சந்த்ர மௌலே
ஸ்ரீ கண்ட கந்து கக்ருதஸ்வ ஸியா வதஸே
ஸ்ரீ மந் மஹா திரிபுர சுந்தரி.

எல்லா ஆவரணங்களையும் தாண்டிய பிறகு இந்தப் பிந்து ஸ்தானத்தில், மஹோட்யாண பீடத்திலே சகல பரிவாரங்களுடன் ஸ்ரீ காமேச்வரர் சகிதம் ஸ்ரீ காமேச்வரி விளங்குகிறாள்.

ஸ்ரீ காமேச்வரர் காமேச்வரி பெயர் காரணம்

அண்ட சிருஷ்டிக்கும் சரி, பிண்ட சிருஷ்டிக்கும் சரி சிவசக்தி ஐக்கியம் மிக முக்கியம். இந்த இரண்டும் இதன் ஐக்கியத்தால் ஏற்பட்ட பர பிந்தும் சேர்ந்ததே.

காமகலா

இந்தக் காமகலாவுக்கு 'சிருங்கஸ்தா' என்ற பெயரும் உண்டு. சிருங்க என்றால் இரு கொம்புகள். முக்கோணத் தின் இரு கோடுகள். அதா என்பது இந்த இரண்டையும் இணைக்கும் கோடு. சிருங்கஸ்தா என்பதற்கு கூடஸ்தா என்ற அர்த்தமும் உண்டு. (இதற்கு மலை உச்சி என்று பொருள். எதனாலும் பாதிக்கப்படாமல் உயரத்தில் இருப்பவள் அம்பிகை).

பரப்பிரும்மம் தன் பாதி அம்சமான வாம பாகத்திலிருந்து "காமகலை" என்ற போக சக்தியைக் கற்பித்து அதை பரமப்ரீதியோடு பார்த்தது. இதைப் பற்றிய நூல்

காமகலா விலாசம் (0) லலிதா ஸஹஸ்ர நாமத்தில் கூடங்கா என்று பெயர் வருவதையும் கவனிக்கவும். நடு முக்கோண (1) த்திலுள்ள இம் மூன்று கோடுகளுமே இச்சா, ஞான, கிரியா சக்திகளாக அமை கிறது. இம்மூன்றுக்கும் அப்பாற்பட்டதே பிந்து.

காமகலையாக அம்பிகையும், ஈச்வரனும் விளங்குவதால் அம்பிகைக்கு காமேச்வரி என்றும், ஈச்வரனுக்கு காமேச்வரன் என்றும் பெயர். இனி அம்பிகையைத் தரிசனம் செய்யச் செல்வோம்.

❋❋❋

2

தேவியின் இருப்பிடம்

கதாஸ்தே மந்சத்வம் த்ருஹிண ஹரி ருத்ரேச்வர ப்ருத
சிவ: ஸ்வச்ச ச்சாய கடித கபட பிரச்ச தபட
த்வதீயானாம் பாஸாம் பிரதி பலன ராகா குணதயா
சரீரீ கிருங்க, ரோ ரஸ இவ த்ரு சாம் தோக்தி குதுகம்

என்று ஸௌந்திர லஹரியில் சொல்லப்பட்டிருக்கிறது. பிரும்மா முதலிய நால்வர்கள் லோகத்தின் அதிகார புருஷர்களாக இருந்தும் அம்பிகையினுடைய அருகிலிருந்து வேலை செய்ய வேண்டும் என்ற ஆசையால் கட்டில் கால்களாகவாவது இருப்போம் என்றிருக்கிறார்கள்.

அக்னி மூலையில் பிரும்மா, நிருதி மூலையில் மகாவிஷ்ணு, வாயு மூலையில் ருத்ரன், ஈசான மூலையில் மகேச்வரன் இவர்களுக்கு மேலே சதாசிவன் பலகையாக விளங்குகிறார். இதன்மீது அம்பிகை காமேச்வரன் மடியில் அமர்ந்திருக்கிறாள். நிருபாதிக ஞானமே காமேச்வரர். ஆத்ம ஸ்வரூபமே லலிதை.

ராகமே பாசம். துவேஷமே அங்குசம். மனம் கரும்பு வில். சப்தம் ஸ்பரிசம், ரூபம், ரஸம், கந்தம் என்னும் பஞ்ச தன் மாத்திரைகளே ஐந்து புஷ்ப பாணங்கள்.

நம்முடைய பந்த பாசங்களை அகற்றிட அன்னை லலிதா பரமேஸ்வரி தன் வலக்கரத்தில் பாசத்தை ஏந்தியிருக்கிறாள். பாசம் களைந்தால் மட்டும் போதுமா? மதம் கொண்ட மத்தகஜம் போல கட்டுக் கடங்காது நிற்கும் மனத் துவேஷத்தை அடக்க வேண்டாமா? அந்த மதம் கொண்ட மன உன்மத்தத்தை அடக்கவே மறு கரத்திலே அங்குசத்தைக் கொண்டிருக் கிறாள். மதம் பிடித்த யானையை பாகன் அங்குசம் கொண்டு அடக்குகிறான். அதேபோல் கட்டுப் பாடில்லாமல் அலைபாயும் மனதை லலிதை அங்குசம் கொண்டு எளிதில் அடக்கி விடுகிறாள். அம்பிகையின் பக்தன் மனத்தை எளிதில் அடக்கி விடுவான். மனதை அடக்கிய ஒருவனுக்கு இயற்கை அடிமையாகி விடுகிறது.

இயற்கையோடு ஒத்துப் போக வேண்டும் என்று சொல்வது அடிமைத்தனம். அதற்கு அர்த்தம் என்ன என்பது தெரியாமலேயே இயற்கைக்குக் கட்டுப்பட்டு வாழ வேண்டும் என்று சிலர் சொல்கிறார்கள். இயற்கை யானது நமக்கு சாட்டையடிகளைக் கொடுத்துக் கொண்டே இருக்கிறது. இடையில் சிறிது இனிப்பு தருகிறது. அந்தச் சிறிய இனிப்புக்காக வாழ்நாள் முழுவதும் சாட்டையடியை வாங்கிக் கொண்டிருப்பது அடிமைத்தனம். இயற்கையை வெல்லும் போது தான், இயற்கையை மீறும் போதுதான் மனிதனின் உண்மையான உயிர்ப்புத் தன்மை வெளிப்படுகிறது.

மகான்களின் சக்தியெல்லாம் எங்கே இருந்தது என்பது என்பதை உலக வரலாற்றிலிருந்து நீங்கள் அறியவில்லையா? எங்கே புத்தியிலா? அவர்களுள் யாராவது தத்துவ நூலோ, மிக நுணுக்கமான தர்க்க நூலோ எழுதினார்களா...? இல்லவே இல்லை. அவர்கள் சிறிதளவே பேசினார்கள். உணர்ச்சியற்ற ஜடம் போல் வாழ்வதைக் காட்டிலும் மரணம் மேலானது. உணர்ச்சி தான் உயிர், வலிமை எல்லாம் என்பதை மறக்கக் கூடாது. உணர்ச்சி உள்ளவன் தான் நூல்களால் பயன் பெற முடியும். மகான்கள் காட்டும் வழியைப் பின்பற்ற முடியும். அதில்லாமல் எவ்வளவு தீவிரமான அறிவு முயற்சியாலும் கடவுளை அடைய முடியாது.

அம்பிகை உள்ளத்தில் தான் காணப்படுகிறாள். அறிவால் அல்ல. இதுவே க்ஷேமம் தரும் பாதை. வேறு எந்தப் பாதையும் உங்களை சத்திய வழியில் அழைத்துச் செல்ல முடியாது. உங்கள் தவறுகளுக்குப் பிறரைப் பழி சொல்லாதீர்கள். சொந்தக் காலிலேயே நில்லுங்கள். பொறுப்பை ஏற்றுக் கொள்ளுங்கள். நான் அனுபவிக்கும் இந்தத் துன்பத்திற்கு நானே காரணம். ஆகவே நானே தான் இதற்குப் பரிகாரமும் தேடிக் கொள்ள வேண்டும். நான் படைத்ததை நானே அழிக்க முடியும். மற்றவர்கள் படைத்ததை என்னால் அழிக்க முடியாது. ஆகவே உறுதியுடன் எழுந்து செயல்படுங்கள். குரு பாதையைத் தான் காட்டுவார். நீங்கள் தான் அந்தப் பாதையில் செல்ல வேண்டும். பொறுப்பு முழுவதையும் உங்கள் தோளிலேயே சுமந்து கொள்ளுங்கள். உங்கள் விதிக்கு நீங்களே காரணம் என்பதைப் புரிந்து கொள்ளுங்கள். நீங்கள் விரும்புகின்ற வலிமையும், உதவியும் உங்களுக் குள்ளேயே இருக்கின்றன.

க்ஷேமபாதை காட்டும் சக்ர ஆராதனையில் சொல்லப்பட்டிருக்கும் மந்திரங்கள் முதலான அனைத்துமே ஜெராக்ஸ் தான். ஒரிஜினல் க்ஷேமபாதை உங்களுக்குள்ளேயே இருக்கிறது. இதைத் தூண்டுகிற தூண்டுகோல் தான் 'வளமான வாழ்வு தரும் ஸ்ரீ சக்ர மகாசக்தி' என்னும் இந்த நூல். உங்கள் எதிர்காலத்தை நீங்களே உருவாக்கிக் கொள்ளுங்கள். போனது போகட்டும். எல்லையற்ற எதிர்காலம் உங்கள் முன்னே இருக்கிறது. உங்களுடைய ஒவ்வொரு வார்த்தையும், ஒவ்வொரு

எண்ணமும், ஒவ்வொரு செயலும் அதற்கு ஏற்ற பலனை உண்டாக்கும் என்பதை எப்போதும் நினைவில் வையுங்கள்.

இந்த உலக மக்களுள் கோடியில் ஒரு பங்கு மனிதர்கள் ஓரிடத்து அமர்ந்து 'ஓ' மனிதர்களே 'ஓ' மிருகங்களே, 'ஓ' உயிருள்ள பிராணிகளே... நீங்கள் எல்லோரும் வாழும் அம்பிகையின் வெளிப்பாடுகளே என்று சில நிமிடங்கள் சொன்னால் போதும் அரை மணி நேரத்தில் இந்த உலகமே மாறிவிடும். வெறுப்பாகிய வெடிகுண்டுகளை மூலைக்கு மூலை எறிவதற்குப் பதிலாக பொறாமை, தீமையை உலகில் பரப்புவதற்குப் பதிலாக எல்லாம் அம்பிகையே என்று உலகம் முழுவதும் உள்ள மக்கள் நினைப்பார்கள்.

நீங்கள் பார்க்கின்ற, உணர்கின்ற எல்லாம் தாயே. உங்களுக்குள் தீமை இல்லாவிட்டால் வெளியில் எப்படித் தீமையைப் பார்க்க முடியும்? உங்கள் இதயத்தில் எங்கோ ஒரு மூலையில் திருடன் இல்லா விட்டால் வெளியில் எப்படி திருடனைப் பார்ப்பீர்கள்? நீங்களே கொலைகாரர்களாக இல்லாவிட்டால் வெளியில் எப்படி கொலைகாரர்களைப் பார்ப்பீர்கள்? நல்லவர்களாக இருங்கள். உங்களுக்குத் தீமை மறைந்து விடும்.

இங்கே நாம் தெரிந்து கொள்ள வேண்டிய இன்னொரு விஷயம் இருக்கிறது. புறச் சூழ்நிலைகள் எல்லாவற்றையும் வெற்றி கொள்வது என்பது இயலாத ஒன்று தான். அது நம்மால் முடியாத காரியம் தான். மீன், நீரிலுள்ள தன் எதிரிகளிடமிருந்து தப்பிக்க விரும்புகிறது. அது எப்படி தன் விருப்பத்தை நிறைவேற்றிக் கொள்கிறது? இறக்கைகளை வளர்த்துக் கொண்டு ஒரு பறவையாவதன் மூலம் தான். நீரையோ, காற்றையோ அந்த மீன் மாற்றவில்லை. மாற்றம் அதனிடமே உண்டாகிறது. மாற்றம் எப்போதும் அகச் சார்புடையது. பரிணாம வளர்ச்சியைப் பார்த்தால் எல்லா உயிர்களும் தங்களை மாற்றிக் கொள்வதன் மூலம் இயற்கையை வெல்கின்றன என்பதை அறிகிறோம்.

ஆகவே இயற்கைக்குக் கட்டுப்பட்டுப் போவது அடிமைத் தனம். அதனை மீளுவதே முன்னேற்றம். அந்த முன்னேற்றம் ஏற்பட வேண்டுமானால் நாம் மாற வேண்டும். மனம் போன

போக்கிற்குச் செல்லாமல் வைராக்கியத்துடன் மனதைக் கட்டுப்படுத்த பழக வேண்டும். நாளடைவில் மனம் உங்கள் அடிமையாகி விடும். இந்த உண்மையை மத உணர்வுக்கும், ஒழுக்கக் கோட்பாட்டிற்கும் பொருத்திப் பார்த்தால் தன்னை மாற்றிக் கொள்வதன் மூலம் மட்டுமே ஒருவர் தீமையை வெல்ல முடியும் என்றாகிறது.

மனிதன் அகச் சார்பிலிருந்து தான் அத்வைத நெறிக்கு அதனுடைய முழு சக்தியும் கிடைக்கிறது. துன்பமும், தீமையும் வெளியே இல்லை. ஆகவே அவற்றைப் பற்றி பேசுவது பொருளற்றது. மனம் என்னும் மத யானையை அடக்க அம்பிகை அங்குசம் தாங்கியிருக்கிறாள். அவளுடைய பெருங்கருணையினால் நாம் மனத்தை அடிமை செய்ய முடியும் என்பது கருத்தாகும். கொடிய வில்லும், அம்பும் பகைவரை அழித்து கொல்ல உபயோகப்படும் ஆயுதங்களை அன்னை தாங்கியிருக்கிறாள்.

ஆனால் பக்தர்களை அணைத்துக் கொள்ள அன்னை கைக் கொண்டுள்ளவை எவை தெரியுமா? செங்கரும்பு வில்லும், செம்மலர் சரங்களும், புலன்களைக் கூரான அம்பு கொண்டு குத்திக் கிளராமல், தொட்டுக் களைவதற்கே ஐந்து மலர்களாலான புஷ்ப பாணத்தைக் கையில் கொண்டிருக்கிறாள். தாமச குணத்தை அடக்க ஒரு தாமரை, சித்தத்தை அடக்க சிவந்த அல்லி, இச்சை எல்லாம் அவள் சேவைக்கே என ஆக்கிக் கொள்ள இந்திர நீலம், கள்ளம் கபடமின்றி மனத் தூய்மை தர ஒரு கல்ஹாரம், மாயைத் திரை விலக்கி மோனநிலை பெறச் செய்ய ஒரு மாம்பூ. இதுவே அம்பிகை கரத்தில் தாங்கியிருக்கும் மலர் தத்துவம்.

ஆறுக்கும் அம்பிகைக்கும் உள்ள தொடர்பு

ஷடங்க தேவி பரிவாரங்களால் சேவிக்கப்படுபவள். (ஹ்ருதயம், சிரஸ், சிகா, கவசம், நேத்திரம், அஸ்திரம்).

6 அங்கங்கள் கூடிய வேத வாக்கியங்களால் தேடப்படுபவள் (சிஷை, வியாகரணம், சந்தஸ், நிருக்தம், ஜ்யோதிஷம், கல்ப ஸீத்ரம்)

ஆறு சக்ரங்களில் வசிப்பவள் :

மூலாதாரம், ஸ்வாதிஷ்டானம், மணிபூரகம், அனாகதம், விகத்தி, ஆக்ஞை

ஆறு விதமான கவலைகளை அகற்றுபவள் :

பசி, தாகம், சோகம், மோகம், மூப்பு, மரணம்.

ஆறு விகாரங்களின் வடிவமானவள்:

பிறத்தல், இறத்தல், வளர்தல், தீர்தல், குறைதல், நசிதல்.

ஸ்ரீ சக்ர பாவனை

தேந நவரந்த்ர ரூபோ தேஹ!! நவசக்ர ரூபம் ஸ்ரீசக்ரம்!! புரு ஷார்த்தா: ஸாகரா:!! தேஹோ நவரத்ன த்வீப!! ஜ்ஞான மார்க்யம்: ஜ்நேயம் ஹவீர் ஜ்ஞாதா ஹோதா ஜ்ஞாத்ரு ஜ் ஞான ஜநேயாளா மபேத பாவனம் ஸ்ரீசக்ர பூஜனம்

- பாவனோப நிஷத்.

உடலில் ஸ்ரீ சக்ர பாவனை

பிரம்மாஸ்திரம்	-	பிந்துஸ்தானம்
மஸ்தகம் (சிரஸ்)	-	திரிகோணம்
லலாடம் (நெற்றி)	-	அஷ்டகோணம்
புருவமத்தி	-	அந்தர்த்த சாரம்
கண்டம் (கழுத்து)	-	பஹிர்த்த சாரம்
ஹிருதயம்	-	14 கோணம்
நாபி	-	அஷ்டதள பத்மம்
கபு (இடுப்பு)	-	16 தள பத்மம்
ஊரு (தொடை)	-	விருத்தத் திரயம்
பாதங்கள்	-	பூபுரம்

ஸ்ரீராமகிருஷ்ண பரமஹம்சர் தன் சரீரத்தை சிறந்த யந்திரமாகக் கருதினார். அவர் அன்னை பராசக்தியிடம் 'அமீயந்த்ர தும் யந்திரி' (நான் யந்திரம் நீ இந்திரத்தை யுடையவள்) என்ற பாவனையில் இருந்தார். பாவனோ

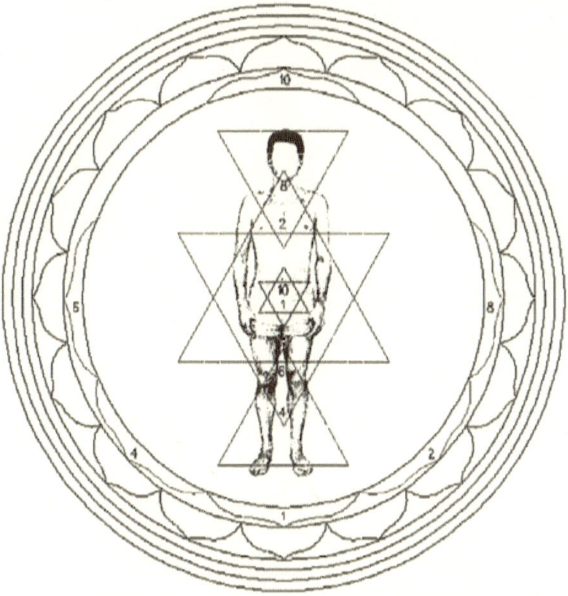

பநிஷத்தும் சரீரத்தை ஸ்ரீசக்ரமாக வர்ணனை செய்கிறது. ஆராதனை முறைகள் அனைத்தும் ஆத்ம சமர்ப்பண மாகின்றன.

உபநிடதங்களில் ஸ்ரீ சக்ரம்

நூற்றெட்டு உபநிஷத்துக்களில் தேவி விஷயமாக உள்ளது நான்கு. இவை பாவனோபநிஷத்., ப்ஹ்ருடவாபநிஷத், திரிபுரோபநிஷத், தேவ்யுபநிஷத். இந்த 108ல் சேராதது ஸ்ரீசக்ரோபநிஷத். 'பாவனோ பநிஷத்' நம் தேகமே ஸ்ரீசக்ரம் என்று விளக்குகிறது. தேக சம்பந்தமான விருத்திகள் எல்லாம் ஸ்ரீசக்கரத்திலுள்ள பரிவார தேவதைகளுடன் கூடிய ஸ்ரீகாமேச்வரி சகித ஸ்ரீகாமேச்வரர் ஆராதனங்கள் என்றும் அவ்விதமே நாம் செய்யும் பூஜோபகாரங்கள் எல்லாம் தத்துவார்த்தங் களோடு கூடியவை என்றும் பாவனை செய்ய வேண்டும் என்றும் விளக்கப்பட்டுள்ளது.

❋❋❋

3

ஸ்ரீ சக்ரம் ஸ்தாபிக்கப்பட்ட சந்நிதிகள்

சில அம்பிகை சந்நிதிகளில் இந்த மகாமேரு "ஸ்ரீ சக்ர பிரதிஷ்டை செய்யப்பட்டிருப்பதால் அந்த சந்நிதிகள் விசேஷ சக்தியுடன் விளங்குகின்றன. காஞ்சி காமாட்சி அம்மன் சந்நிதி, தேவி சந்நிதிகளில் மிகவும் சக்தி வாய்ந்தது. ஒரு காலத்தில் இந்த அம்பிகை மிக உக்ரமாக விளங்கினாளாம். ஆதிசங்கரர் அம்பிகையின் முன்பு ஸ்ரீ சக்ரத்தைப் பிரதிஷ்டை செய்து அம்பிகையின் உக்ர சக்தியை அருட்சக்தியாக மாற்றினார். இன்றும் அர்ச்சனை ஸ்ரீ சக்ரத் திற்கு தான் செய்யப்படுகிறது. காஞ்சியின் அமைப்பே ஸ்ரீ சக்ர அமைப்பு என்பது பலருக்குத் தெரியாது.

பூந்தமல்லிக்கு அருகிலுள்ள மாங்காடு தேவி சந்நிதியில் ஆதிசங்கரர் பிரதிஷ்டை செய்த அர்த்தமேரு இருக்கிறது. அம்மேரு பல மூலிகைகள் கலந்து செய்யப்பட்டுள்ளது. இதனால் இம்மேருவுக்கு அபிஷேகம் கிடையாது. புனுகு, சந்தனம் சாத்தப்படுகிறது. அம்பிகை இங்கு ஒற்றைக் காலில்

நின்று கொண்டு தவம் இருக்கிறாள். அம்மனும் ஸ்ரீ சக்கரமும் உள்ள பகுதியை சோழ அரசர்கள் ஸ்ரீவித்யா முறைப்படி கோயில் அமைத்துள்ளனர். லக்ஷ்மியும், சரஸ்வதியும் அன்னை யின் அருகில் காணப்படுகின்றனர். ஸ்ரீசக்ர சந்நிதியை சந்தனத்தில் மெழுகுகிறேன் என்று பிரார்த்தனை செய்து கொள்வது வழக்கம்.

லலிதா ஸஹஸ்ர நாமத்திற்கு பாஷ்யம் எழுதியவர் ஸ்ரீபாஸ்கர ராயர். இவர் வசித்த கிராமம் பாஸ்கர ராயபுரம். இவ்வூர் கும்பகோணம் மாயவரம் சாலையில் உள்ளது. இங்குள்ள ஆலயம் பாஸ்கரராயரால் கட்டப்பட்டது. அம்பிகை ஆனந்தவல்லி சந்நிதியில் அவர் ஸ்ரீ சக்ரத்தை பிரதிஷ்டை செய்திருக்கிறார். திருவிடைமருதூர் மோகாம்பிகை சந்நிதி மிகவும் சக்தி வாய்ந்ததாக இருப்ப தற்கு அங்குள்ள மேரு பிரதிஷ்டையே காரணம். இதை பிரதிஷ்டை செய்தவர் பாஸ்கரராயர் தான்.

ஸ்ரீசாந்தானந்த சுவாமிகள் புதுக்கோட்டை ஸ்ரீபுவனேஸ் வரி சந்நிதியில் பரிபூர்ண மகா மேருவை பிரதிஷ்டை செய்திருக்கிறார். அதன் காரணமாக புவனேஸ்வரி மிக சக்தி பெற்றவளாக விளங்குகிறாள். ஸ்ரீசைலம் பிரமராம்பாள் ஆலயத்திலும் ஸ்ரீ சக்ரம் ஆதிசங்கரரால் பிரதிஷ்டை செய்யப்பட்டுள்ளது.

திருவொற்றியூர் வட்டப் பாறை அம்மன் ஒரு காலத்தில் மிக உக்கிரமாக இருந்தாள். நரபலி கூட கொடுக்கப்பட்டது. ஆதி

சங்கரர் ஸ்ரீ சக்ர பிரதிஷ்டை செய்து வடிவுடை அம்மனையும் ஸ்தாபித்தார். கொல்லூர் மூகாம்பிகை சந்நிதியிலும் ஆதிசங்கரர் ஸ்ரீ சக்ரம் பிரதிஷ்டை செய்துள்ளார். ஆனைக்கா அகிலாண்டேஸ்வரி தவத்தின் உக்கிரத்தைக் குறைக்க ஆதிசங்கரர் இங்கு வந்து அம்மனுக்கு தாடஸ்க பிரதிஷ்டை செய்து அம்மனை சாந்தப்படுத்தினார். அன்னையின் ஒரு காதில் ஸ்ரீ சக்ரமும், ஒரு காதில் சிவ சக்ரமும் தோடுகளாக அமைந்துள்ளனர். சென்னை தம்புச் செட்டித் தெருவிலுள்ள காளிகாம்பாள் சந்நிதியிலும் ஆதிசங்கரர் ஸ்ரீ சக்ர பிரதிஷ்டை செய்திருக்கிறார்.

சென்னையிலுள்ள மற்றொரு ஸ்ரீ சக்ர சந்நிதி திருவல்லிக்கேணி அனுமந்தலாலா தெருவிலுள்ள காமகலா காமேச்வரி ஆலயம். இந்த ஆலயம் சிந்தாமணி சிகரம் போல அமைந்துள்ளது. அம்மன் திரிபங்க வடிவம். முக்கோணம் அமைந்திருப்பது போல காணப்படுவதே திரிபங்க வடிவம். சென்னைக் கருகிலுள்ள நங்கநல்லூரிலும் ஸ்ரீ சக்ரம் பிரதிஷ்டை செய்யப்பட்டுள்ளது. ஷோடச (16) மந்திரங்களை உணர்த்த 16 படிகள் இந்த ராஜேஸ்வரி ஆலயத்திற்குள் அமைந்துள்ளது சிறப்பாகும்.

திருப்போரூர் முருகன் சந்நிதியில் வலது புறத்தில் ஸ்ரீ சக்ர சந்நிதி உள்ளது. ரமணாஸ்ரமம் சென்றிருப்பவர்கள் அங்கும் ஸ்ரீ சக்ர மேரு சந்நிதியைத் தரிசித்திருக்கலாம். தாம்பரத்திற்கருகிலுள்ள மாடம்பாக்கம் ரேணுகாம்பாள் சந்நிதியிலும் ஸ்ரீ சக்ர பிரதிஷ்டை செய்யப்பட்டுள்ளது. நேப்பாளம் குபேயஸ்வரி ஆலயத்தில் ஸ்ரீ சக்ர மேரு பிரஸ்தாரமாக தேவி விளங்குகிறாள். சக்ரத்தின் நடுவில் அஷ்டதள பத்மமாக மூர்த்தம் அமைந்திருக்கிறது. முக்கோண வடிவப் பகுதியில் ஒரு கை நுழையக்கூடிய துளை இருக்கிறது. அதன் மீது தாமரை அரும்பு போல் செய்து வைத்து அத்துளையை மூடியிருக்கிறார்கள். எல்லோரும் ஸ்ரீ சக்ரத்தை தொட்டு பூஜை செய்யலாம். பிறகு துளையில் கைவிட்டு அதிலுள்ள தீர்த்தத்தை தலையில் தெளித்துக் கொள்கிறார்கள். சிறிது உட்கொள்கிறார்கள்.

மிகச் சக்தி வாய்ந்த சந்நிதி திருச்சி மலைக் கோட்டை மாத்ரு பூதேஸ்வரர் ஆலயத்திலுள்ள சுகந்த குந்தளாம்பாள்

சந்நிதி. ஸ்ரீ சக்ர ரூபமாய் அமைந்தது என்று சொல்வதுண்டு. சௌந்தர லஹரியில் முதல் 47 சுலோகங்கள் சலவைக் கல்லில் எழுதி வைக்கப் பட்டுள்ளன.

கேரளாவில் ஓணத்த குளம் என்ற இடத்திற்கு அருகில் உள்ள செட்டிக் குளம் என்ற இடத்தில் அம்பிகையின் சந்நிதியில் ஸ்ரீ சக்ரம் அமைக்கப்பட்டுள்ளது. இந்தப் பிரதேசத்தைக் கைப்பற்ற மார்த்தாண்டவர்மன் பல தடவை முயன்றும் வெற்றி பெறவில்லை. அவருடைய தளவாய் ராமையன் ஸ்ரீ சக்ரத்தின் மகிமையைத் தெரிந்து அதை வழிபட்டு அப்பிரதேசத்தைக் கைப்பற்றிக் கொண்டார். அந்த ஸ்ரீ சக்ரத்திற்கே வழிபாடு செய்யப்படுகிறது.

காசி அனுமான் கட்டத்தில் ஸ்ரீ முத்துஸ்வாமி தீக்ஷிதர் ஆராதித்த சிவலிங்கத்தின் உச்சியில் ஸ்ரீ சக்ரம் பொறிக்கப்பட்டுள்ளது. இவ்வாறு பல ஆலயங்களில் ஸ்ரீ சக்ரம் பிரதிஷ்டை செய்யப்பட்டது எதற்காக? உக்கிரம் மிகுந்த அம்மன் ஸ்ரீசக்ர பிரதிஷ்டை செய்யப்பட்டவுடன் உக்ரம் குறைந்து அருள் செய்வது என்பது இந்த தத்துவத்தின் அடிப்படைக் கொள்கை என்பதை நாம் அறிந்து கொள்ள வேண்டும்.

முதலில் அம்மன் உக்கிரம் கொள்வது ஏன்? என்பதை அறிய வேண்டும். உலக மக்கள் தரும நெறி யிலிருந்து மீறும் போது தேவி உக்ரம் கொள்கிறாள். அவளுடைய கோபம் நியாயமானது. அதனால் பல துன்பங்கள் வருகின்றன. ஆயினும் அந்தக் கோபத்தைத் தவிர்க்க ஸ்ரீ சக்ரம் பிரதிஷ்டை செய்யப் படும் போது அவள் சாந்தியடைகிறாள். இதற்கு மூல காரணம் சக்ரம் பிரதிஷ்டை செய்பவர்

தூயவராக இருப்பதே காரணமாகும். தூய்மையுடைய ஒருவர் ஒரு பாவியின் மீது இரக்கம் காட்டினால் தெய்வம் அதனை ஏற்றுக் கொள்கிறது. இந்த தத்துவத்தை நீங்கள் புரிந்து கொள்ள வேண்டும்.

பல உயிர்களின் பொருட்டு ஒரு மகான் தன்னைத் தியாகம் செய்து கொள்ளும் போது அந்த உயிர்கள் உய்வு பெறுகின்றன. ஆகவே தியாகமின்றி எந்த விடுதலையும் கிடைக்காது. ஸ்ரீ சக்ரம் என்பது அம்பிகையின் வடிவம். எல்லா ஆவரண தேவதை களையும் வழிபட்டு தேவியை நமக்குத் தரிசிக்க வைக்கும் மகா மேரு அது.

அதாவது எல்லா அழுக்குகளையும் நீக்கிய புண்ணிய வடிவமானவர் அந்த ஸ்ரீ சக்ரத்தை மனித குலம் முழுமைக்காகவும் பிரதிஷ்டை செய்கிறார். அதன் காரணமாக கருணையே வடிவாகிய அந்த மகாசக்தி கோபத்தை நீக்கிக் கொண்டு அருள் மழையினை பொழிகிறாள். இந்தத் தத்துவத்தின் மூலம் நாமும் தூயவர்களாக ஆக வேண்டும் என்பதை அம்பிகை உணர்த்துகிறாள். மனித சமுதாயம் தூய்மையடைந்து விட்டால் அம்பிகை நிரந்தரமாக சாந்தம் கொண்டு விடுவாள். இந்த பூமியே சொர்க்க பூமியாகிவிடும்.

இந்த அற்புத தத்துவத்தை பாமர மக்களும் புரிந்து கொள்ள வேண்டும் என்பதற்காகவே "வளமான வாழ்வு தரும் ஸ்ரீ சக்ர மகாசக்தி" என்ற நூல் உதயமாகியிருக்கிறது. சாட்சாத் அம்பிகையின் பேரருளால் தான் இந்த நூல் உங்கள் கரங்களுக்கு வந்திருக்கிறது. அவதார புருஷர்கள் தெய்வத்தின் தூதுவர்கள் என்பதை நாம் எப்போதும் நினைவில் வைக்க வேண்டும். உலக சமுதாயத்திற்காக அவர்கள் தங்களைத் தியாகம் செய்கிறார்கள். அதனால் தான் அந்தத் தியாகத்தை அம்பிகை ஏற்றுக் கொண்டு கோபத்தைத் தணித்துக் கொள்கிறாள்.

குடும்பத் தலைவன் எல்லோரையும் சமமாகப் பாவித்தால் குடும்பத்தில் உள்ளவர்கள் கோபப்படவே முடியாது. குடும்பத் தலைவன் ஒரு தலைப்பட்சமாக நடந்து கொண்டால் அந்தக் குடும்பம் எந்த நேரத்திலும் சிதறி விடும். இதற்கு அடிப்படைக் காரணம் என்ன? எல்லா உயிர்களையும்

சமமாக நடத்த வேண்டும் என்பதே அன்னையின் திருவுளமாக இருக்கிறது. அந்தத் தருமத்தை மீறும் போது அன்னை பொறுக்க மாட்டாள். அதனால் தான் மனித குலம் வறுமை, நோய், சண்டை, சச்சரவு, அமைதியின்மை போன்ற துன்பங்களில் சிக்குகிறது.

அம்பிகை தண்டனை கொடுப்பது என்று முடிவு செய்து விட்டால் இந்த உலகமே காலியாகிவிடும். மனிதர்களின் குற்றங்களை அவள் பொறுப்பதால் தான் உலகம் இயங்கிக் கொண்டிருக்கிறது. ஆகவே ஸ்ரீ சக்ர வழிபாட்டின் அடிப்படைத் தத்துவத்தை அறிந்து கொள்ளாமல் நூலை வாசிப்பதால் உங்களுக்குப் பயன் கிடைக்காது என்பதை நினைவில் கொள்ளுங்கள். உண்மையான ஆன்ம அநுபூதி ஆரம்பிக்கும் போது தான் மதம் தொடங்குகிறது. அதுதான் மகத்தான உதயம். அப்போது தான் நாம் அறநெறியில் ஒழுக முடியும்.

இப்போது மனித சமுதாயம் மிருகங்களை விட ஒன்றும் அதிக ஒழுக்கமாக இல்லை என்று கூற முடியும். சமூகத்தின் சாட்டை ஒன்று தான் நம்மைக் கட்டுப்படுத்திக் கொண்டிருக்கிறது. திருடுவதற்கு தண்டனை கிடையாது என்று சமூகம் இன்று சொல்லட்டும். அவ்வளவு தான். ஒவ்வொருவரும் மற்றவர்களுடைய சொத்துக்களின் மேல் பாய்ந்து விடுவார்கள்.

நம்மை ஒழுக்கம் உடையவர்களாக வைத்திருப்பவர்கள் போலீஸ்காரர்களே. சமூகத்தின் கருத்துக்களே நம்மை ஒழுக்கம் உடையவர்களாக வைத்திருக்கின்றன. உண்மையில் மிருகங்களை விட நாம் எந்த விதத்திலும் உயர்ந்தவர்கள் அல்ல. இது எவ்வளவு அப்படியே உண்மை என்பது நம் மனதிற்குத் தெரியும்.

ஆகவே நாம் ஆஷாடபூதிகளாக இருக்க வேண்டிய தில்லை. ஆன்மீகத்தை உண்மையாக உணருங்கள். வெறும் பேச்சால் பயனில்லை என்பது தான் வேதாந்தத்தின் அடிப்படைக் கருத்து. ஆனால் அது அவ்வளவு சுலபம் அல்ல. ஒவ்வொரு மனித இதயத்தின் அடியாழங்களில் உறைகின்ற அந்தப் பழம்பொருளான இறைவன், அணுவிற்குள் தன்னை

மறைத்துக் கொண்டிருக்கிறான். அகத்தினுள் ஆழ்ந்ததால் பெற்ற ஆற்றல்களின் மூலம் ரிஷிகள் அவனை உணர்ந் திருக்கிறார்கள்.

நாம் எல்லோரும் ரிஷிகளாக வேண்டும். ஏனெனில் நம்முடைய மூதாதையர் ரிஷிகளே. அந்த மகரிஷிகளின் ரத்தம் தான் நம் ஒவ்வொருவரின் உடலிலும் ஓடிக் கொண்டிருக்கிறது. மிருகம் போன்ற வாழ்க்கை நமக்கு பொருந்தாத வாழ்க்கை. இதிலிருந்து நாம் விடுபட வேண்டும். அதற்காகத் தான் ஸ்ரீசக்ர வழிபாடு ஜெராக்ஸ் மாதிரி உங்களிடம் தரப்பட்டுள்ளது.

எத்தனை முறை இந்த ஜெராக்ஸை நீங்கள் வாசித் தாலும் செயல் அளவில் செயல்படாத வரையில் பயன் இருக்காது. உங்கள் உடலே ஸ்ரீசக்ரம். அதற்குள் அம்பிகை பிந்து ஸ்தானத்தில் இருக்கிறாள். தீமைகள் என்ற அழுக்குகளையெல்லாம் அகற்றிக் கொண்டு அவள் இருக்கும் இடத்தை நோக்கி நாம் பயணம் செய்ய வேண்டும். இதுவே க்ஷேமவழி. இதுவே க்ஷேமபாதை காட்டும் ஸ்ரீசக்ர ஆராதனை.

மகாபாரதத்தில் துரோணர் பத்ம வியூகம் வகுத்தார் என்பதை நாம் அறிவோம். மிகப் பலசாலியான பீமசேனன் முதலியோரால் அந்த வியூகத்தை உடைக்க முடியவில்லை. அபிமன்யுவுக்கு உடைத்து உள்ளே செல்ல மட்டுமே முடியும். ஆனால் வெளியே வரத் தெரியாது. அருச்சுனன் ஒருவன் மட்டுமே அந்த வியூகத்தை உடைத்து செல்லவும், மீண்டும் திரும்பி வரவும் அறிந்தவன் என்பதை நாம் அறிகிறோம்.

மிகப் பலசாலியான பீமன் போன்றவர்களால் பத்ம வியூகத்தை உடைக்க முடியவில்லை. இதற்கு என்ன காரணம்? பலத்தால் மட்டும் அந்த வியூகத்தை உடைக்க முடியாது என்பதே காரணம். நுண்ணறிவும், யுக்திகளும் அதற்குத் தேவை. அருச்சுனன் அந்தத் தகுதியைப் பெற்றிருந்தான்.

அதேபோல் ஸ்ரீ சக்ரத்திற்குள் பிரவேசித்து அம்பிகையைத் தரிசிக்க ஒழுக்கமும், தூய்மையும், தியாகமும் தேவை. இந்தத் தகுதியுடையவர்களே ஸ்ரீ சக்ரத்திற்குள் பிரவேசிக்க முடியும். ஆவரண தேவதைகளையெல்லாம் தாண்டிச் செல்லவும் முடியும். இரும்பாலான சுவர்களையும்

ஊடுருவிச் செல்ல வல்லது தூய்மை ஒன்று தான். அந்தத் தூய்மையை ஆதிசங்கரர் பெற்றிருந்த காரணத்தால்தான் அவர் பிரதிஷ்டை செய்த ஸ்ரீ சக்ரத்திற்கு கட்டுப்பட்டு அம்பிகை சாந்தம் அடைந்தாள். உக்கிர நிலையை மாற்றி அருள் பொழியும் அம்மனாக மாறினாள்.

நாம் தூய்மையடைய வேண்டும் என்று திரும்பத் திரும்ப சொல்வது வேறு யாரையோ திருப்திப்படுத்துவதற்காக அல்ல. நாம் நிலையான நன்மையைப் பெறுவதற்குத் தான் இந்தத் தூய்மை அவசியமாகிறது. எல்லாவற்றிலும் அம்பிகையைப் பார்க்க வேண்டும். அப்போது தான் உலகை உண்மையாக அனுபவிக்க முடியும் என்று சொல்லப்பட்டிருக்கிறது. ஆனால் உலகத்தில் புகுந்து ஓரிரு அடிகள் பெற்றதும் இந்தக் கருத்து பறந்து விடுகிறது.

அம்பிகையே ஒவ்வொரு மனிதனிலும் இருக்கிறார் என்று நினைத்தபடி ஒருவர் தெருவில் நடந்து செல்கிறார். வாட்டசாட்டமான ஒருவன் அவரை இடித்து கீழே தள்ளி விடுகிறான். உடனே அவர் கோபம் கொள்கிறார். முஷ்டியைத் தயாராக வைத்துக் கொண்டு எல்லாம் அம்பிகை என்ற கருத்தையே மறந்து விட்டு அவனை அடிப்பதற்காக கோபவெறியோடு எழுகிறார். எல்லாமே மறந்து போகிறது. அம்பிகையைப் பார்ப்பதற்கு பதில் சாத்தானைத் தான் அப்போது அவர் பார்க்கிறார்.

நாம் பிறந்தது முதற்கொண்டே எல்லாவற்றிலும் இறைவனைப் பார்க்கும்படிதான் சொல்லப்பட்டு வந்திருக்கிறோம். எங்கும், எதிலும் இறைவனையே பார்க்கும்படி தான் ஒவ்வொரு மதமும் போதிக்கிறது. ஆகவே நீங்கள் தோல்விகளைப் பொருட்படுத்தாதீர்கள். தோல்விகள் இயற்கையானவை. வாழ்க்கைக்கு அழகு சேர்ப்பவை அவை. தோல்விகள் இல்லாத வாழ்க்கை வாழ்க்கையே இல்லை. போராட்டம் இல்லாத வாழ்க்கையும் வாழ்க்கையே இல்லை. அப்படிப்பட்ட வாழ்க்கையில் எந்த இனிமையும் இல்லை. போராட்டங்களையும், தவறுகளையும் பொருட்படுத்தா தீர்கள்.

ஒரு பசு எப்போதும் பொய் சொல்வதில்லை. ஆனால் அது காலம் முழுவதும் பசுவாகவே இருக்கிறது. மனிதனாக

அது ஆவதில்லை. ஆகவே தோல்விகளை, சறுக்கல்களைப் பற்றிக் கவலைப்படாதீர்கள். ஆயிரம் தடவை லட்சியத்திலிருந்து வழுவ நேர்ந்தாலும் திரும்பத் திரும்ப அந்த லட்சியத்தைப் பிடித்துக் கொள்ளுங்கள். ஆயிரம் தடவை தவறினாலும், இன்னொரு முறை முயலுங்கள். எல்லாவற்றிலும் இறைவனைக் காண்பது தான் மனிதனின் லட்சியம். மனிதன் பொய் சொல்கிறான். திருடுகிறான். ஆனால் தன்னைத் திருத்திக் கொள்வதன் மூலம் அவன் மகான் நிலைக்கு உயர முடியும். இதனை மறக்கக் கூடாது.

ஸ்ரீ சக்ர வழிபாடு என்பது நம்மை முழுக்க முழுக்க திருத்திக் கொண்டு தூயவர்களாக ஆவது தான். ஒவ்வொரு ஆவரணங்களும் அப்போது நமக்குத் தானாக வழிவிட்டு விடும். தூய்மையை அடையாமல் செய்யும் வழிபாடு பயன் தராது. உண்மையை அறிந்து கொள்ளாமல் ஒருவன் உலக போகங்களில் முட்டாள் தனமாக மூழ்கினால் அவன் வழி தவறிவிட்டான் என்பதே பொருள். அவனால் லட்சியத்தை அடைய முடியாது.

இனி உலகை சபித்துக் கொண்டு அதை விட்டு காட்டிற்கு போய் உடலை ஒடுக்கி, பட்டினியால் உடலை அணுஅணுவாகக் கொன்று, நெஞ்சை ஈரமற்ற கல்லாக்கிக் கொண்டு, கடின சித்தமுள்ளவனாக ஆகின்றவனும் வழி

தவறியவனே. இவை இரண்டும் இரண்டு துருவங்கள். தவறான நோக்குடையவை. இருவரும் வழி தவறியவர்களே. இருவருமே லட்சியத்தை அடைய முடியாது.

துரதிஷ்டவசமாக பெரும்பாலோர் எந்தவொரு லட்சியமும் இல்லாமல் இருட்டு வாழ்க்கையில் தான் தடுமாறிக் கொண்டிருக்கிறார்கள். லட்சியம் உள்ளவன் ஆயிரம் தவறுகளை செய்வானானால், லட்சியம் இல்லாதவன் ஐம்பதாயிரம் தவறுகளைச் செய்வான் என்பது நிச்சயம். எனவே ஒரு லட்சியம் இருப்பது சிறந்தது. இந்த லட்சியம் நமது இதயத்தில் புகும்வரை, நமது மூளையில் புகும் வரை, நமது நாடி நரம்புகளில் புகும் வரை, நமது ரத்தத்தின் ஒவ்வொரு துளியுடனும் கலந்து துடிக்கும் வரை, நமது உடலின் அணுக்கள் தோறும் கலந்து ஊடுருவும் வரை நாம் அதைப் பற்றிக் கேட்க வேண்டும். அதையே சிந்திக்க வேண்டும்.

உள்ளம் நிறையும் போது வாய் பேசுகிறது. அது மட்டுமல்ல, உள்ளத்தின் நிறைவு தான் கைகளை வேலை செய்யத் தூண்டுகிறது. நமது துன்பங்கள் அனைத்துக்கும் காரணம் ஆசையே. நாம் ஒன்றை விரும்புகிறோம். அதை அடைய முடியவில்லை. விளைவு? துன்பம். ஆசை இல்லாவிட்டால் துன்பமும் இல்லை. இங்கேயும் இதைத் தவறாகப் புரிந்து கொள்வதற்கு வாய்ப்பு உள்ளது. ஆகவே ஆசையைத் துறப்பது துன்பங்களிலிருந்து விடுதலை பெறுவது பற்றியதாகும். சுவர்களுக்கு ஆசை கிடையாது. அவை துன்புறுவதும் இல்லை. உண்மை தான். ஆனால் அவை வளர்ச்சி அடைவதும் இல்லை. இந்த நாற்காலிக்கு ஆசைகள் இல்லை. அது துன்பம் அடைவதில்லை. ஆனால் அது ஒரு நாற்காலியாகத் தான் எப்போதும் இருக்கிறது.

இன்பத்தில் ஒரு மகிமை இருக்கிறது. துன்பத்திலும் ஒரு மகிமை இருக்கிறது. ஒரு மனிதன் சில நல்ல செயல்களைச் செய்வதற்காகவும் மகிழ வேண்டும். பல தவறுகளை செய்து விட்டாலும் மகிழத்தான் வேண்டும். ஏனென்றால் அந்தத் தவறு ஒவ்வொன்றும் ஓர் உயர்ந்த பாடத்தை அவனுக்குக் கற்பிக்கிறது. அவனது செயல்கள், எண்ணங்கள் அனைத்தின் பலனே இப்போது பலன்களைத் தந்து கொண்டிருக்கின்றன.

இந்த பலன்கள் அனைத்தின் ஒட்டு மொத்தமே அவனுடைய முன்னேற்றமாக அமைகிறது.

ஆசைகள் தவறானவை என்பது நம் எல்லோருக்கும் புரிகிறது. ஆனால் ஆசைகளைத் துறப்பது என்றால் என்ன? ஆசையில்லாவிட்டால் வாழ்க்கை எப்படி நடைபெறும்? ஆசையை அழித்து விடு, துன்பத்தைத் தீர்ப்பதற்கு இதுதான் வழி என்பது மனிதனையே கொன்று விடுவதற்குச் சமமாகும்.

தீர்வு இதுதான். உங்களுக்கு சொத்து கூடாது என்பதல்ல. உங்கள் தேவைக்குரியவற்றை வைத்துக் கொள்ளக் கூடாது என்பதல்ல. ஏன் ஆடம்பரமான வற்றைக் கூட அனுபவிக்கக் கூடாது என்பது அல்ல. வேண்டியதை வைத்துக் கொள்ளுங்கள். அதற்கு மேலேயும் வைத்துக் கொள்ளுங்கள். ஆனால் உண்மையை அறிந்து கொள்ளுங்கள். உணர்ந்து கொள்ளுங்கள்.

செல்வம் யாருக்கும் சொந்தமானது அல்ல. சொந்தக்காரர்கள், முதலாளிகள் என்ற கருத்தைக் கைவிட வேண்டும். நீங்களும் ஒன்றுமில்லை. நானும் ஒன்றுமில்லை. யாராயிருந்தாலும் வெறும் பூஜ்யமே. எல்லாம் இறைவனுக்கே சொந்தம். இந்த நினைவுடன் வாழ்க்கைப் பயணம் தொடர வேண்டும். இதுவே க்ஷேமபாதை. இதுவே க்ஷேமபாதை காட்டும் ஸ்ரீசக்ர ஆராதனை.

✱✱✱

4

ஸ்ரீ சக்ர நவாவரண பூஜைக்கு விளக்கம்

இந்தப் பூஜையின் விசேஷம் பூஜை செய்பவர் தான். ஒரு ஜீவன் என்ற நினைவின்றி தானே சிவம் என்ற பாவனையுடன் அம்பிகையைப் பூஜிப்பதே. ஸ்ரீபஞ்ச தசாக்ஷரி, ஸ்ரீ ஷோடாக்ஷர் என்ற விசேஷ மந்திரங்கள் ஒரு குருநாதரிடம் உபதேசம் பெற்றவர்களே, குருநாதரிடமிருந்து பூஜை செய்ய பீடாதிகாரம் பெற்றவர்களே இப்பூஜையைச் செய்யலாம்.

தன் ஹிருதயத்தில் விளங்கும் அம்பிகையை பூஜை செய்யும் யந்திரத்தில் ஆவாஹனம் செய்து பூஜை முடிந்த பின் மீண்டும் தேவியை ஹிருதயத்திலேயே அமரச் செய்கிறபடியால் சாதகர்கள் தங்களைத் தானே பூஜை செய்து கொள்ளும் நிலைமை ஏற்படுகிறது. இதுதான் இப்பூஜையின் விசேஷம்.

ஸ்ரீவித்யையில் குருதான் பிரதானம். குரு பாதுகா மந்திரமும் அம்பிகையின் அங்க, உபாங்க, பிரத்யங்க தேவதை

களும் இல்லாமல் ஸ்ரீவித்யை இல்லை. ஆகவே குருபாதுகா ஸ்மரணத்துடன் பூஜை ஆரம்பமாகிறது. 'ம்ருகி' முத்திரையைத் தலையில் வைத்துக் கொண்டு குரு பாதுகா மந்திரம் கூறப்பட வேண்டும். பிராணப் பிரதிஷ்டை, அதன்பின் ஸ்ரீபுர பூஜை (வாடிகைகள் பிரகாரங்கள்) கலசம், தீபம், கண்டா பூஜை பின் ஆத்ம பிராணப் பிரதிஷ்டை இவை செய்யப்பட வேண்டும். இதன் நியாஸங்கள் மாத்ருகா நியாஸம், கரகத்தி நியாஸம், ஆத்மரக்ஷா நியாஸம், சதுராங்க நியாஸம், பாபாஷடங்க நியாஸம், வாக்தேவதா, மூல வித்யா நியாஸம் ஆகியவை.

பாத்ரா சாதனம், வர்த்தனீ பாத்திரம் (பஞ்சபாத்ர உத்தாணி), சாமாண்ய அர்க்யபாத்திரம் (ஆதாரத்துடன் சங்கு) விசேஷார்க்ய பாத்திரம், காரணகலசம், ஆசமனீய பாத்திரம், பஞ்சாயதன பூஜை வலக்கோடி கீழ் கணபதி, இடக்கோடி கீழ் சூரியன், இடக்கோடி மேல் விஷ்ணு, வலக்கோடி மேல் சிவன், நடுவில் அம்பிகையை வைத்து பூஜிப்பது. ஷடங்கார்ச்சனம், நித்யாதேவி, யஜனம் பின் திதி நித்யா பூஜாக்ரமம், குருமண்டலார்ச்சனம் இவ்வளவும் செய்து முடித்த பின் தான் ஆவரண பூஜை ஆரம்பமாகும். பத்தாவது ஆவரணம் சமஷ்டி பூஜை. மஹா ஷோடசீ உபாசகர்களுக்கு மட்டுமே.

வெற்றி தரும் ஸ்ரீ சக்ர ஆராதனை

அம்பிகையே... என்னைக் காப்பாற்று. உன்னிடம் சரண் அடைந்தேன் என்று சுத்தமான மனத்துடன் பிரார்த்தனை செய்தால் போதும். ஆனால் எல்லோ ருக்கும் இது எளிதல்ல. தேவியை நம் மனதில் உருவகப்படுத்திக் கொள்ள வேண்டும். அவளை மனமுருக ஸ்தோத்திரங்கள் சொல்லி பிரார்த்திக்க வேண்டும். இதற்காகவே ஏராளமான ஸ்தோத்திரங்களை பல மகான்கள் இயற்றி இருக்கிறார்கள். பூஜா முறைகளையும் வகுத்திருக்கிறார்கள். மந்திரங்கள், யந்திரங்கள் இவைகள் எல்லாம் அம்பிகையின் அருள் பெறுவதற்கான சாதனங்கள். ரிஷி, சந்தஸ், தேவதை, பீஜம், சக்தி, கீலகம், அங்க நியாஸம் என்னும் ஏழு அங்கங்களோடு கூடியது மந்திரமாகும். இவற்றின் விவரமாவது :

*1. **ரிஷி** : மந்த்ர த்ரஷ்டாவை குறிப்பதாகும். எந்த ரிஷியால் எந்த மந்திரம் வெளிப்பட்டதோ அவர் அந்த மந்திரத்திற்குரிய ரிஷியாவார் என்பது சாஸ்த்திர பிரசித்தம். ரிஷி என்னும் பதத்திலுள்ள 'ரி' காரம் அம்மந்திரத்தின் சிருஷ்டியையும், 'ஷ' காரம் அதன் ஸித்தியையும் குறிக்கும். எனவே ரிஷி என்னும் பதம் மந்திரத்தின் சிருஷ்டி ஸித்திகளைக் குறிப்பதாகும்.*

*2. **சந்தஸ்** : 'ச' காரம் பரமபதத்தையும், 'த' காரம் அபிலாஷை அல்லது விருப்பத்தையும் உணர்த்துகின்றன. மோட்சத்தை அடைவதில் தீவிரமான இச்சையை உணர்த்துவது சந்தஸ்ஸாகும்.*

*3. **பீஜம்** : சகல புருஷார்த்தங்களுக்கும் காரணமாம் அன்றியும் அது மந்திரத்திற்கும் பிரபஞ்சத்திற்கும் அதிஸூக்ஷ்மமான காரணமென்றும் பெரியோர் கூறுகின்றனர். விசாலமான ஆலமரத்திற்கு ஆதிஸூக்ஷ்மமான விதை காரணமாதல் போல ஒரு பீஜத்திலிருந்து மந்திரமும், தேபதா ஸ்வரூபத்திற்கும், பாஞ்ச பௌதிக பிரபஞ்சத்திற்கும் அதிஸூக்ஷ்மமான பீஜமே காரணம்.*

*4. **சக்தி** : பீஜத்தின் ஆற்றலே சக்தியாகும். வீரியம், தேஜஸ், மனம் என்பன சக்தியின் பரியாய நாமங்கள்.*

*5. **கீலகம்** : தேர்ச்சக்கரத்திற்கு கடையாணி போல மந்திரத்திற்கு கீலகம் முக்கியமான அங்கமாகும்.*

*6. **அங்க நியாஸம்** : சரீர சக்தியின் பொருட்டும், தேவதா பாவனையின் பொருட்டும் நியாஸம் செய்து கொள்ளுதல் அவசியமென்று ஸ்ரீமஹாலக்ஷ்மி ரத்தின கோசம் கூறுகிறது. ஆதலில் நியாயம் அவசியம். எப்பொழுதும் (ஸதா) நியாஸம் செய்து கொள்.*

__மநநம்__ : (ஜெபம்) செய்பவரைக் காப்பது மந்திரம். அது இறைவனிடமிருந்து எழுந்து ஒலி வடிவமாக விண்ணிலே விளங்குகிறது. சித்தம் தெளிந்த சித்தர் கண்ணுக்கும், முற்றும் துறந்த முனிவர் கண்ணுக்கும் அது புலனாகிறது. அதைக் கண்டவரும், கண்டு பயன்பெற்றவரும் மந்திர தார்சி எனப் பெறுவர். அதை ஜபிக்கும் போது மந்திரதிரஷ்டாவுக்கே முதல்

ஸ்தானம் அளிக்கிறோம். அவரைக் குருவாகக் கருதி முதலில் குரு ஸ்தானமான சிரத்தின் மீது கரத்தை வைப்பது வழக்கம்.

ரிஷி அறிவுக்கு இருப்பிடம். அறிவு உண்டாகும் தலையில் அந்த ரிஷியின் பெயரைச் சொல்லி கையை வைக்கிறோம். சப்தம், வாய், மூக்கு மூலம் வெளியாவ தால் சந்தஸ் பற்றிக் கூறும் போது நாசிகை மீது கை வைக்கிறோம். தேவதைகள் வசிக்கும் இடம் நமது ஹிருதயமானதால் மார்பில் கையை வைக்கிறோம். உடலினுள்ளே இருக்கும் ஹ்ருதய கமலத்தில் அந்த மந்திர தேவதையை இருத்தி வாக்கினால் மந்திரம் கூறி விரலால் ஜபிக்கிறோம். ஆதலால் அங்கமும், விரலும் அந்த மூல மந்திரத்திலுள்ள எழுத்துக்களால் சுத்தமாக்கப்பட்டு அதே மந்திர மயமாகவும் செய்யப்படுகிறது.

மன் என்றால் நினைத்தல். த்ரா என்றால் காப்பாற்றுதல். மந்திரம் நினைத்தவனைக் காப்பாற்றும். அதனால் தான் மந்திராட்சரங்கள் என்றவுடன் தனி பலம் கிடைக்கிறது.

ஓம் ஹிருதயாய நம; ஓம் சிரசே நம;
ஓம் சிவாயை நம; ஓம் கவசாய நம;
ஓம் நேத்ரப்யோ நம; ஓம் அஸ்திராய நம;

இந்த ஆறும் ஷடங்க மந்திரம். கோடி என்றால் நுனி என்ற பொருளும் உண்டு. நம: ஸ்வதா, ஸ்வாஹா, வஷட், வெளஷட், பட், ஹீம்பட் என்ற ஏழு மந்திரங் களும் கோடி (நுனி) மந்திரங்களாகும். ஒரே மந்திரத்தை மேற்சொன்ன கோடிகளுடன் கூட்டி உச்சரித்தால் வெவ்வேறு பயனைப் பெறலாம்.

அஸ்திர தேவதையை வணங்கும் போது அஸ்திராயநம என்று சொல்ல வேண்டும். அஸ்திர தேவருக்கு ஒன்றைத் தந்து திருப்தி செய்விப்பதாயின் ‘அஸ்திராய ஸ்வதா’ என்று கூற வேண்டும். அஸ்திர தேவதைக்கு ஒரு பொருளை யாகத்தில் தரும் போது அஸ்திராய ஸ்வாஹா என்று சொல்ல வேண்டும். ஒரு தீமையை விலக்குவ தாயின் அஸ்திராய பட் என்று கூற வேண்டும்.

மந்திரம் என்பது சில குறிப்பிட்ட எழுத்துக்களைச்

சேர்த்ததாகும். அநேகமாக பல மந்திரங்களுக்கு ஒரு பொருளும் இருக்காது. உதாரணமாக அஸ், கிஸ், கிரியம், கூம் என்றெல்லாம் மந்திரங்கள் உள்ளன. இந்த மந்திரங்களை ஒரு குறிப்பிட்ட அளவு உருப் போட்டால் அதற்கு உகந்த உருவம் உண்டாகி அவ்வுருவம் ஜெபிப்பவனுடைய கண்ணுக்குத் தோற்றமளிக்கும் என்றும், அந்த உருவத்திற்குச் சில காரியங்களைச் செய்யக் கூடிய வல்லமை உண்டு என்றும் புலனாகிறது.

அநேக மக்கள் குட்டிச் சாத்தான் வசியம், பன்றிமாடன் வசியம், ஆஞ்சநேயா வசியம் என்றெல்லாம் சொல்வார்கள். இதில் நீங்கள் சிக்க வேண்டாம். நம் இலக்கு அம்பிகை யின் தரிசனம் தான். வசியம், சித்தி ஆகியவற்றில் மனதைச் செலுத்த வேண்டாம்.

***

5

தியான கலோசத்தை தெரிந்து கொள்ளுங்கள்

இறைவனுடைய ஒவ்வொரு ரூபத்தையும், பிரத்யட்ச மாகத் தரிசனம் செய்ய வேண்டும் என்றால் அதற்கு உபாயமாக ஒவ்வொரு மந்திரம் இருக்கிறது. மந்திரம் என்பது ஒரு சப்த கோர்வை. அக்ஷரங்களின் கூட்டம். தனி வடிவான அக்ஷரங்களும் ஒளி வடிவான ரூபங்களும் ஒரே ரூபத்திலிருந்து வந்தவை தான். அவை ஒன்றுக்கொன்று நெருக்கமான சம்பந்தமுடையவை.

விஞ்ஞான நிபுணர்கள் கூட இந்த ஒற்றுமையைக் செய்கிறார்கள். ஜலக்கரையில் பலவிதமான சப்தங்களை எழுப்பிப் பார்த்தார்கள். அப்போது அவற்றின் அதிர்வுகளைப் பொறுத்து ஜலத்தின் மேலே மிதக்கின்ற இலேசான துகள்கள் வெவ்வேறு உருவங்களை அடைந்தன. நாதத்திற்கே ரூபத்தைக் கொடுக்கிற சக்தி இருக்கிறது என்பது இதனால் தெரிகிறது.

ஒரு பெரிய அலை மடிந்து, மடிந்து சிறு சிறு அலை களாகி அடங்குகிற மாதிரி சில சப்தங்கள் இருக்கின்றன. இதை வீசிதரங்கம் என்பார்கள். ஒரே கொப்புளிப்பில் பலவாகத் தெறிப்பது போல் விழுகிற சப்தங்களை 'கதம்பமுகுளம்' என்பார்கள். இப்படிப்பட்ட சப்தங்களையெல்லாம் ஐம்பத்தி யொரு அக்ஷரங்களாகப் பிரித்திருக்கிறார்கள். இவற்றுக்குப் பெயர் மாத்ருகா என்பது. மாத்ரு என்றால் தாயார்.

சப்தமாகவும், எழுத்தாகவும் அம்பாள் தான் இருக்கிறாள். இவற்றில் சில சப்த கோர்வைகளை விடாமல் ஜபம் செய்கிற போது அவற்றுக்குரிய ரூபங்களும் பிரத்யட்சமாகின்றன. இப்படிப்பட்ட சப்தக் கோர்வைகளான 'மந்திரம்' அம்பாளின் சுவரூபம் தான். கை, கால் முதலான அவயவங்கள், ஆயுதங்கள் உள்ள வடிவங்களைப் போல எல்லா மந்திரங்களும் அவள் வடிவம் தான். அதோடு கூட இந்த மந்திரங்களை ஒரு முகப்பட்ட சித்தத்தோடு தீவிரமாக ஜபம் செய்தால் அவளே அந்தந்த மந்திரத்திற்குரிய ரூபத்தில் கர சரணாதி அவயங்களுடனும், ஆயுதங்களுடனும், முத்திரைகள் முதலியவற்றுடனும் தரிசனம் தருவாள்.

இந்த மந்திரங்கள் எல்லாவற்றுக்கும் மூலமாக இருப்பது பிரணவம். அதிலிருந்து தான் இந்த நாம, ரூப பிரபஞ்சம் முழுக்க வந்தது. நாத சுவரூபிணியான அம்பாளே ஓங்காரமாகி அந்தப் பிரணவமும் ஆவாள்.

அ, உ, ம மூன்றும் சேர்ந்து 'ஓம்' என்றாகிறது. அ சிருஷ்டி, உ பரிபாலனம், ம சம்ஹாரம் என்பார்கள். இதையே அம்பாளின் தொழிலான பரிபாலனத்தில் தொடங்கினால் உ மஅ என்றாகும். அதுதான் 'உமா' என்பது. உபநிஷதமும் அவளை உமாஹைமவதி என்றே சொல்கிறது.

பீஜ மந்திரங்களின் விளக்கம்

சிரித்த முகமுள்ள ஒருவனைப் பார்த்தாலும் நாமும் சந்தோஷமடைகிறோம். துக்கமுள்ள ஒருவனைப் பார்த்தாலும் நம் மனம் வேதனைப்படுகிறது. இது ஏன்? ஒரு மனிதனின் உடலிலுள்ள ஒவ்வொரு அணுவிலிருந்தும் உண்டாகும் சலனங்கள் அவன் மனோநிலையால் பாதிக்கப்பட்டு அதற்கேற்ற வேகத்துடன் வெளிவருகின்றன. அதனால் அவன் அருகிலுள்ள மற்றொருவனிடமிருந்து கிளம்பும் சலன அலைகள் முதல்வனிடமிருந்து கிளம்பும் சலனங்களுடன் கலந்து அவனால் பாதிக்கப்பட்டு இரண்டாமவனுக்கும் முதல்வனைப் போன்ற மனோநிலையைத் தருகின்றன.

அகத்தின் அழகு முகத்தில் தெரியும் என்ற பழமொழியை இங்கே நினைவுக்குக் கொண்டு வாருங்கள். நமது மூளை ஏதாவது ஒரு எண்ணத்தைக் கிரகித்துக் கொண்டாலோ

அல்லது எண்ணத்தால் பாதிக்கப்பட்டாலோ அதன் சலன வேகம் எண்ணத்திற்கு உகந்தவாறு மாறுதலடை கிறது. இச்சலன அலைகள் மனிதனின் கண்களின் மூலம் வெளிப்படுகின்றன. ஒருவனுடைய முகத்திலிருந்தே அவனுடைய தன்மை, எண்ணம், ஆரோக்கியம் இவைகளை அறியலாம். ஏனெனில் எவ்வளவு தான் முயன்றாலும் உள்ளுணர்வின் சலன அலைகளை வெளியில் காட்டாது மறைப்பது இயலாத காரியம்.

மகரிஷிகள் இவ்விஷயத்தை மிகச் சிரத்தையுடன் ஆராய்ந்தார்கள். மனிதனின் வெளியுடன் ஆசாபாசங் கள், மனத்தில் எழும் எண்ணங்கள் இவைகளால் மாறுபாட்டையும், சலனங்களினால் உண்டாகும் ஒலி அலைகளையும் கேட்டார்கள். ஒருவன் எல்லோரையும் சந்தோஷமாகவும், ஆரோக்கியமாகவும், மகான்களாகவும் ஆக்க வேண்டும் என்று விரும்பினால் அவன் முதலில் தான் சந்தோஷமாகவும், ஆரோக்கியமாகவும், மகானாகவும் ஆக வேண்டும். அப்போது தான் அவன் தன்னிடமிருந்து நல்ல சலன அலைகளை ஏற்படுத்தி அவனைச் சுற்றி உள்ளவர்கள் அவ்வலைகளால் சந்தோஷத்தையும், ஆரோக்கியத்தையும், மகத்துவத்தை யும் பெறச் செய்ய முடியும்.

நாம் உண்மையிலேயே சந்தோஷமாக இல்லை என்று வைத்துக் கொள்வோம். துக்கத்தை உண்டாக்கும் சலன அலைகளை அமுக்கி சந்தோஷத்தை உண்டாக்கும் சலன அலைகளை நம்முள் உண்டாக்க முடியுமானால் நாம் சந்தோஷத்தைப் பெற முடியும் அல்லவா? இது போன்ற சந்தோஷமானதும், ஆரோக்கியமானதுமான சலன அலைகளை எழுப்பும் கலையை நாம் அறிந்தால் நம்மிடமும் நம்மைச் சுற்றியுள்ளவர்களிடமும் உள்ள தீமை பயக்கக் கூடிய அசுர சக்திகளை ஒழிக்கும் வலிமையை நாம் பெறுவது நிச்சயம்.

யோக சாஸ்திரத்தில் இம்மாதிரி வேண்டப்பட்ட சலன அலைகளை ஏற்படுத்தும் இரகசியம் பீஜ மந்திரங்களில் பொதிந்துள்ளன. இப்பீஜ மந்திரங்கள் அநேக வைதீகக் காரியங்களில் உபயோகிக்கப்படுகின்றன. வடமொழி எழுத்துக்களில் ஒவ்வொரு உயிரெழுத்தும் தனித்தனியே எல்லா

மெய்யெழுத்துக்களுடனும் கூடினால் எத்தனை சப்தங்கள் உண்டோ அத்தனை பீஜமந்திரங்கள் இருக்கின்றன. ஒரு எழுத்தை உச்சரிப்பதால் ஒரு குறிப்பிடப்பட்டுள்ள வேகமுள்ள சலனம் உண்டாகி உடலின் முக்கூறான பாகங்களில் ஒரு குறிப்பிட்ட பாகத்தை பாதிக்கிறது. ஓம், ஹ்ராம், ஹ்ரீம், ஹ்ரூம், ஹ்ரைம், ஹ்ரௌம், ஹ்ர: என்ற பீஜ மந்திரங்களையும் நீங்கள் அறிய வேண்டும்.

"ஓம்" வெட்ட வெளியில் பிறந்த முதல் ஒலி. இதுவே மற்ற சப்தங்களின் தாய். ஒலியின் பிறப்பிடம் அதுவே. இப்பிரணவம் உலகத்தின் உள் தத்துவத்தை தன்னுள்ளே அடக்கியிருக்கிறது.

'ஹ்' என்ற ஒலி இருதயப் பிரதேசத்தில் ஏற்படும் சலனத்தால் உண்டாவதால் இருதயத்திற்குப் பலத்தைக் கொடுத்து ரத்த ஓட்டத்தை உண்டாக்குகிறது.

'ர' என்ற ஒலி நாக்கின் நுனியால் நாக்கின் மேலண்ணத்தின் முன் பாகத்தைத் தொடுவதால் ஏற்படுகிறது. இந்த 'ர' சப்தத்தினால் நாக்கு நுனியிலுள்ள நரம்பு முனைகள் மூலமாய் மூளையில் சலனத்தை ஏற்படுத்துகின்றன.

'ம்' வாயை மூடி காற்றை வயிற்றிலிருந்து மூக்கு வழியாக வெளியிடுவதால் உண்டாகும் சப்தம். இது மூச்சுக் குழாயையும், மூக்கு துவாரங்களையும் சுத்தப் படுத்துகிறது.

'ஹ்ராம்' இதிலுள்ள 'ஆ' என்னும் உயிரெழுத்து விலா எலும்புகளை எழுப்பி ஆகாரக் குழாயைச் சுத்திகரிக்கிறது. ஏனெனில் இதன் சலனம் 'அனாகத' சக்கரமாகிய இருதயத்தின் அருகிலிருந்து எழும்புகிறது.

'ஹ்ரீம்' ஈ என்ற உயிரெழுத்தை உச்சரிப்பதால் கழுத்து பிராந்தியத்திலுள்ள சக்தி கேந்திரமான விசுத்தி சக்ரத்தில் சலனமுண்டாகிறது. ஆதலால் தொண்டை, மூக்கு, வாய் முதலிய அவயங்களுக்கு நன்மை பயக்கு கிறது. இதன் சக்தி கீழேயும் பரவி சுவாச ஜீரண உறுப்புகளைச் சுத்திகரிக்கிறது.

'ஹ்ரும்' ஊவின் சலனம் நாபி பிரதேசத்திலுள்ள மணி பூரக சக்ரத்தில் எழும்புவதால் ஈரல், குலை முதலிய

உறுப்புகளை ஊக்குவித்து சரிகின்ற தொந்தியை யும் கரைக்க உதவுகிறது.

'ஹ்ரைம்' ஐ தொப்புளுக்கு கீழேயுள்ள சுவாதிஷ் டான சக்ரத்தில் சலன அலைகளை எழுப்புகிறது. இச்சலனம் சிறுநீரக உறுப்புகளுக்கு புத்துணர்ச்சி அளித்து சிறுநீர் சுரப்பதை ஒழுங்கானதாகவும், சரியானதாகவும் செய்கிறது.

'ஹ்ரௌம்' ஔ மூலாதார சக்தியால் எழுப்பப்படும் சலன அலைகளால் ஆனது. ஆதலால் அச்சக்ரத் திலிருந்து பிரியும் நரம்புகளால் வியாபிக்கப்பட்டிருக்கும். ஆசனம் முதலியன கீழ் உறுப்புகளை வலுப்படுத்துகிறது. கடைசி பீஜமாகிய ஹ்ர வில் அ இருப்பதால் ஹ்ராம் மை ஒத்திருக்கிறது. ஆகையால் இது இருதயப் பகுதியான அனாகச் சக்ரத்தை சலனப்படுத்துவதுடன் இல்லாமல் அடியில் மூலா தாரத்திலிருந்து உச்சியிலுள்ள சகஸ்ராரம் வரை ஏழு கேந்திரங்களிலும் சரியான சலனத்தை எழுப்பி உடலின் எல்லா அவயங்களையும் ஊக்குவிக்கின்றது.

அஜபாமந்திரம் : இதற்கு ஹம்ஸ மந்திரம் என்ற பெயரும் உண்டு. மூக்கிலிருந்து வெளியே செல்லும் காற்று ஹப் என்ற ஒலியோடு செல்லும். வெளியிலிருந்து உள்ளிழுக்கும் காற்று ஸம் என்ற ஒலியோடு வரும். இவ்விதமாக இடைவிடாமல் உஸ்ஸீ வாசம், நிஸ்ஸீ வாசம் செய்கையில் ஹம்ஸஸ் ஸோஹம் மந்திரம் உண்டாகிறது. இதுதான் அஜபா காயத்ரி.

மேலே கூறப்பட்ட மந்திர சப்தங்களில் உடல் ஆரோக்கியமும், வலிமையும் கிடைக்கிறது என்பது கூறப்பட்டது. இந்த ஆரோக்கியமும் வலிமையும் எதற்காக? உண்டு களித்து போகங்களை அனுபவிப்ப தற்காகவா...? ஒரு போதும் இல்லை. அதற்காக இந்த உடலை வலிமைப்படுத்தி னால் மீண்டும் பிறந்து, பிறந்து துன்பங்களையே அனுபவிக்க நேரும்.

செக்குமாடு ஒன்று ஒரேயிடத்தைச் சுற்றிச் சுற்றி வருகிறது. ஆனால் அது நெடும் பயணம் செய்வதாக நினைக்கிறது. அதேபோல் உடல் ஆரோக்கியத்தைப் பயன்படுத்தி உண்டு களித்து திரிபவர்கள் இந்த செக்கு மாடுகளைப் போல் பிறந்து பிறந்து, இறந்து இறந்து அற்ப

வாழ்க்கையைத் தான் வாழ முடியும். நிலையான பேரின்ப வாழ்க்கையை பெறுவதற்கு உடல் ஆரோக்கியமும், வலிமையும் வேண்டும்.

அம்பிகையைத் தியானம் செய்து, ஆராதனை செய்து இப்பிறவியிலேயே மரணத்தை நாம் வென்று விட வேண்டும். இறப்பு நமக்கு இல்லை என்று சங்கநாதம் செய்ய வேண்டும். அதற்காகத் தான் மேலே கூறப்பட்ட மந்திர ஒலிகள் பயன்பட வேண்டும். அம்பிகையின் கருணையால் கிடைத்த மந்திர ஒலிகள் இவை என்பதை ஒரு போதும் மறக்கக் கூடாது.

மனிதனுக்கு நூறு ஆண்டுகள் ஆயுள் என்று விதிக்கப்பட்டுள்ளது. ஆனால் மனிதன் தகாத பழக்க வழக்கங்களால் அந்த ஆயுளைப் பெறாமல் மடிந்து போகிறான். இதனை சிந்தித்து மந்திர சப்தங்களை அம்பிகை தியானத்தை தொடர்வதற்குப் பயன்படுத்த வேண்டும். வேதாந்தம் இதையே நம் முன் வைக்கிறது. அது என்னவென்றால் உலகத்தையே தெய்வீகமாக்கி விடுவதுதான். உண்மையில் வேதாந்தம் உலகத்தை தாழ்த்திப் பேசவில்லை.

துறவு, லட்சியம் வேதாந்த போதனைகளில் உள்ளது போல் வேறெங்கும் இவ்வளவு உயர்ந்த நிலையை அடையவில்லை. ஆனால் வேதாந்தம் வறட்டு அழிவு போதனையைச் செய்யவில்லை. அது துறவு என்று கூறுவதன் உண்மைப் பொருள். உலகை தெய்வீகமாக்குதல். அதை எப்படி நாம் உணர்கிறோமோ, அது எப்படி நமக்குத் தோற்ற மளிக்கிறதோ அதை அறிய வேண்டும் என்பது தான் பொருள். உலகை தெய்வீகமாக்குங்கள். அது அம்பிகையின் திருவடிவமே என்பதை அறிந்து கொள்ளுங்கள்.

பிரபஞ்சத்தின் அனைத்துமே ஆதிசக்தி யால் சூழப்பட வேண்டும். ஒருவகை போலியான இன்ப நோக்காகவோ இல்லை. துன்பங்களைக் கண்டும் காணாததைப் போல இருக்கும் பாசாங்காகவோ இல்லை. உண்மையிலேயே எல்லாவற்றிலும் அம்பிகையைக் காண்பதன் மூலம் இதைச் செய்ய வேண்டும். இவ்வாறு உலகைத் துறக்க வேண்டும். உலகத்தைத் துறந்த பிறகு எஞ்சுவது என்ன? அம்பிகைதான். இதன் பொருள் என்ன? நீங்கள் உங்கள் மனைவியுடன்

வாழலாம். அவளைக் கைவிட வேண்டும் என்பதல்ல. ஆனால் அவளிடம் அம்பிகையைக் காண வேண்டும். குழந்தைகளை துறந்து விடுங்கள். இதன் பொருள் என்ன? எல்லா நாடுகளிலும் சில மனித மிருகங்கள் செய்வதைப் போல் குழந்தைகளை வீட்டை விட்டு துரத்தி விடுவதா? இல்லவே இல்லை. அது கொடுமை, அரக்கத்தனம். அது ஆன்மீக உணர்வு அல்ல. ஆனால் உங்கள் குழந்தைகளில் அம்பிகையை காணுங்கள்.

எல்லாவற்றிலும் இப்படியே வாழ்விலும், சாவிலும், இன்பத்திலும், துன்பத்திலும் எல்லாவற்றிலுமே அம்பிகை சமமாக நிறைந்திருக்கிறாள். கண்களைத் திறந்து பாருங்கள். அன்னையைப் பாருங்கள். வேதாந்தம் இதைத்தான் போதிக்கிறது. இந்த உணர்வு எப்படி வரும். சதா அம்பிகையை ஆராதனை செய்வதால் தான் வரும். இந்தப் பிறவியிலேயே இதனை நிகழ்த்த வேண்டுமானால் உடல் உறுதியாக இருக்க வேண்டியது அவசியம். அதனால் தான் மேலே கூறப்பட்ட மந்திர எழுத்துக்கள் மூலம் உண்டாகும் சப்தங்களை அம்பிகை உங்களுக்கு அருளியிருக்கிறாள். அவள் திருவுளம் காரணமாக இதனை அறியும் பெரும் பாக்கியத்தை நீங்கள் பெற்றிருக்கிறீர்கள். இதுவே க்ஷேமபாதை. இதுவே க்ஷேமப்பாதை காட்டும் ஸ்ரீசக்ர ஆராதனை பாதை.

***

6

அகில லோக நாயகி லலிதாம்பிகை

தாயின்றி உலகம் ஏது? புழு முதல் புவனம் படைக்கும் பிரம்மா வரை அவள் படைத்து காத்து வருகிறாளே. இதைத் தான் லலிதா சகஸ்ர நாமத்தில் "ஆப்பிரும்மக்டஜனனி" என்று குறிப்பிடப்பட்டிருக்கிறது. உயிருக்கு உருக்கொடுத்து படைத்து கருணையோடு ஜீவாதார சக்தியை அளித்து வளர்க்கிறாள். கருணைக் கடலாக அவள் விளங்குவதால் தான் "கருணாரஸ ஸாகரா" என்ற பெயர் பெற்றிருக்கிறாள்.

அவளுடைய கருணையை உலகினர் உணரும் பொருட்டு தாயாகி தத்துவமான அவ்வளவு கருணை ரஸத்தையும் மானிடத் தாய்க்கு அம்பிகை தந்திருக்கிறாள். அவளே தன் மாலையை ஸ்திரிகளிடம் தந்து பாசத்தையும் அளித்து, கருணையையும் கொடுத்து தான் தான் அவள் என்று உணர்த்துகிறாள்.

மனிதர்களாகிய நாம் ஒவ்வொருவரும் ஒவ்வொரு நிமிஷமும் ஏதாவது தவறு அல்லது பாவம் செய்து

கொண்டே இருக்கிறோம். நம் தவறுகளைப் பொறுத்து நம்மிடம் கருணை காட்டி கடைத்தேறச் செய்ய அந்த லோகமாதாவால் தான் முடியும். அதனால் தான் லலிதா சகஸ்ரநாமமே "ஸ்ரீ மாதா" என்று ஆரம்பமாகிறது. இந்த வார்த்தை பரமசிவ மகரிஷியாக வும், பராபட்டாரிகை யாகவுமுள்ள லோக மாதாவைக் குறிக்கிறது.

'மா' என்றால் அளக்கிறது என்று அர்த்தம். ஸ்ரீ என்றால் செல்வம். செல்வத்தை அளந்து மோக்ஷமாகிய செல்வத்தைத் தருபவள் என்றும் பொருள்படும். மகத்தான வஸ்துக்களுக்கு முன் ஸ்ரீ சேர்க்கிற வழக்கம் உண்டு. இன்னொரு தாயார் என்றில்லாமல் இந்த ஜகத்திற்கே தாயாக இருப்பதால் ஸ்ரீ மாதா என்றழைக்கப்பட்டாள். மாயா குண்ட லினிக்ரியா மதுமதீ என்ற (லகுஸ்துதி) சுலோகத்தில் மாதா என்பது ஒரு மந்திரம் என்று குறிப்பிடப்படுகிறது. அம்மந்திர ஸ்வரூபமாகவும் இருப்பவள் என்று அர்த்தம்.

பரப்பிரும்மமாக விளங்கும் சக்தியான அன்னையின் பெயரே லலிதா மகா திரிபுர சுந்தரி. லலிதம் அல்லது மென்மை. அவளது கருணா கடாக்ஷம் காரணமாக ஏற்பட்டது. பெரியோர்கள் அன்பே சிவம் என்று கூறுகிறார்கள். சிவத்தை எளிதில் அறிய முடியாது. ஆனால் அன்பை நம்மால் அறிய முடியும். அந்த அன்பு தான் ஜகன்மாதாவாகிய சித்சக்தி.

அதனால் தான் பெற்ற தாயிடம் அந்த அன்பு அதிகமாக வெளிப்படுகிறது. எல்லா வித்யைகளுக்கும் லட்சியமாகவும், ஆண், பெண், அலி, லிங்க வேறுபாடு இல்லாததாகவும், பிறவிப் பெருங்கடலில் உழல்பவர் களுக்கு தாரகமாயும் (அதாவது படகு போன்று காப்பாற்றுவதாகவும்) இருப்பதால் அப்பரம்பொருள் லலிதா என்ற பெயரால் வழங்கப் படுகிறது. அவளே பராசக்தி.

தேவியின் விளையாட்டு

அம்பிகை விளையாடுகிறாள் என்றால் அது என்ன விளையாட்டு? பிரும்ம ரூபத்தில் சிருஷ்டிப்பவளாகவும், விஷ்ணு ரூபத்தில் உலகத்தைக் காப்பாற்றுபவளாகவும், ருத்ர ரூபத்தில் சம்ஹரிப்பவளாகவும் அவள் ஒருத்தியே இப்படியெல்லாம் விளையாடுகிறாள். அம்பிகை எத்தகைய விளையாட்டை விளையாடுகிறாள்?

கேலதி பிரஹ்மாண்டே கேலதி பிண்டாண்டே. (இந்தப் பிண்டமும் அண்டமுமான பிரும்மாண்டத்தில் விளையாடு கிறாள்).

ஹம்ஸ ஸோகம் ஹம்ஸ! ஸோஹம்
ஹம்ஸ! ஸோஹம் ஸோ ஹமிதி

(அந்த ஹம்சம் நான் என்றே விளையாடுகிறாள்).

பரமாத்ரஹம் பரிபூர்ணோஹம்
பிரஹ்மை வாஹ மஹம் பிரஹ்மேதி

(நான் பரமாத்மா. நாள் முழுதும் நிரம்பியவள். பிரும்மமே நான். நான் பிரும்மம் என்று விளையாடு கிறாள்).

த்வக்சக்ஷீ ஸ்ருதி ஜிஹ்வாக்ராஸோ
பஞ்சவித பிராணோபஸ்தாதே

(மெய், கண், செவி, நாக்கு, மூக்கு இவையாவும் ஐந்துவித பிராணன்களுக்கு இருப்பிடமாயுள்ள பிண்டாண்டத்தில்).

சப்த ஸ்பர்ஸ ரஸாதிக மாத்ரே
ஸாத்விக ராஜஸ தாமஸ மித்ரே

(ஒலி, ஸ்பரிசம், சுவை முதலிய இந்திரியங்களை யுடையதும், சாத்வீகம், ராஜஸம், தாமஸம் என்ற முக்கோணங் களோடு தோழமை கொண்டதுமான பிண்டாண்டத்திலே)

புத்தி மனஸ் சித்தா அகங்காரே
பூஜலதே ஜோ சுகந ஸமீரே

(புத்தி, மனம், சித்தம், அகங்காரம் இவற்றின் மயமானதும், மண், நீர், தீ, வான், வாயு இவற்றின் மயமான பிண்டாண்டத்திலே)

பரமஹம்ச, ரூபேண விஹர்த்த,
பிரம்ம விஷ்ணு ருத்ராதிக கர்த்தா

(பிரம்மன், விஷ்ணு, ருத்திரன் இவர்களுக்கு ஆதி கர்த்தா பிரம்ம ஹம்ஸ ரூபம் கொண்டு விளையாடு கிறாள் அம்பிகை).

சிருஷ்டி, ஸ்திதி, ஸம்ஹாரம் என்ற தொழில்கள் மூன்று. பிரும்மா, விஷ்ணு, ருத்திரன் என்ற மூர்த்திகள் மூன்று. ஜாக்ரதம், ஸவப்னம், ஸ்ஷீப்தி என்ற நிலை மூன்று. சத்வம், ரஜஸ், தமஸ் என்ற குணங்கள் மூன்று. இப்படி எல்லாம் மூன்றாக இருக்கின்றன. மூன்றுக்கு அப்பாற்பட்டது துரீயம். மூன்றிலும் சுழல்வது நின்று நான்காவதை அடையும் போது தான் உண்மையான ஆனந்தம் பிறக்கிறது. அதுவே பிரம்மானந்தம். அதன் ஸ்வரூபமாக உள்ளவனே பரப்பிரும்மஹிஷியாக உள்ள லலிதா மகா திரிபுர சுந்தரி.

அன்னையின் ஒன்பது வடிவங்கள்

தேவி பூஜைக்கு உகந்த காலம் மாலை சந்தி யிலிருந்து 10 நாழிகை என்பர். அதனாலேயே தேவி பூஜா காலத்திற்கு இரவு விசேஷம். எண்ணிக்கையில் ஒன்பது தேவியின் ரூபமே. நவாக்ஷிரி என்பது தேவியின் ஸ்வரூபமேயாகும். இதனால் தான் ஒன்பது ராத்திரிகளில் தேவியை வழிபடும் நவராத்திரி மிகவும் விசேஷமானதாகும்.

ஒன்பது சகுண பிரம்மமாகும் இது நிர்குண பிரும்ம மான ஒன்றை சேரும் போது தான் சிவசக்தி ஐக்கியம் ஏற்படுகிறது. (ஒன்பதை எந்த எண்ணினால் பெருக்கி வரும் எண்ணைக் கூட்டினால் ஒன்பது வரும் என்பது அன்னை பராசக்தியால் விளக்கப்பட்டுள்ளது).

க்ஷேமபாதை காட்டும் ஸ்ரீசக்ர ஆராதனையில் இதுவரை சொல்லப்பட்டவை அனைத்தும் செயல் முறையில் கொண்டு வரப்பட வேண்டும். இந்த நூல் ஜெராக்ஸ் மாதிரி என்று ஏற்கனவே குறிப்பிட்டிருக்கிறோம். ஒரிஜினல் என்பது நமது

உடல் தான். உடலே ஸ்ரீசக்ரம். இந்த சக்ரத்திலே தான் லலிதாம்பிகை வாசம் செய்கிறாள். ஆவரணங்கள், கோட்டைகள் என்று சொல்லப்பட்டவை அனைத்தை யும் கண்டு மலைப்பு அடைய வேண்டிய தில்லை.

நீங்கள் ஒழுக்கமும், தூய்மையும் கொண்டு விட்டால் ஆவரண தேவதை கள் உடனே உங்களை ஆசீர்வதித்து உள்ளே விட்டு விடுவார்கள். எல்லா கோட்டைக் கதவுகளும் உங்களுக்கு எளிதில் திறந்து விடும். உங்கள் லட்சியம் என்பது பரமாத்மாவைத் தரிசிப்பது தான். அம்பிகையே பரமாத்மாவாக இருக்கிறாள். அவளுடைய கோடிக் கணக்கான துகள்கள் தாம் கோடிக்கணக்கான உயிர்கள். எல்லா உயிர்களுக்கும் பேரானந்த பெருவாழ்வு கிடைத்தே தீரும்.

ஏனெனில் ஒவ்வொரு உயிர்களுக்கும் அது பிறப்புரிமையாக உள்ளது. தாயினுடைய சொத்து பிள்ளைகளுக்கன்றி வேறு யாருக்கு உரிமை இருக்க முடியும்? இன்பம், துன்பம், உயர்ச்சி, இகழ்ச்சி எல்லாமே அவளுடைய திருவிளையாடல்தான். ஆகவே நீங்கள் துயரம் அடைய வேண்டியதில்லை.

உலகம் என்னும் நாடக மேடையில் நாம் நடித்துக் கொண்டிருக்கிறோம். ஒருவனுக்கு பணக்காரன் வேடம். இன்னொருவனுக்கு பரதேசி வேடம். ஒருவன் கவிஞன். மற்றவன் பாமரன். ஒருவன் அறிவாளி. இன்னொருவன் பித்துக்குளி. இப்படி அம்பிகை விளையாடுகிறாள். இதில் துயரத்திற்கு இடமில்லை. இந்த உலகம் எவ்வளவு கொடூரமாகக் காணப்பட்டாலும் இது விளையாட்டுதான்.

க்ஷேமப் பாதை காட்டும் ஸ்ரீசக்ர ஆராதனை என்பது ஒழுக்கத்தையும், தூய்மையையும் வேண்டுகிறது. மற்றவையெல்லாம் பின்னால் தான். நீங்கள் தூய்மையும், ஒழுக்கமும் இல்லாமல் ஆராதனை செய்தால் எந்தப் பயனும் இருக்காது. புரையோடிய இடத்தை பட்டுத் துணியால் மூடுவதால் மேலும் ஆபத்து தான் வரும். அந்த புரை உடலெங்கும் பரவி உயிரை எடுத்து விடும்.

ஆகவே போலியான ஒழுக்கம் தீமையைத் தான் தரும். ஒழுக்கமாக இருக்க முடியவில்லை என்ற உண்மையை ஒப்புக் கொண்டு அம்பிகையிடம் முறையிட்டு வழிபடுங்கள். தூய்மையின் வடிவமாக இருக்கும் அவள் உங்களுக்கு நல்வழி காட்டுவாள். புடம் போட்ட தங்கமாக உங்களை அவள் மாற்றி விடுவாள். இதில் எள்ளளவும் சந்தேகமில்லை. சத்தியம் தான் எப்போதும் வெற்றியடைகிறது. அசத்தியம் எப்போதும் வெற்றி யடையாது. வெற்றியடைவது போல் தோன்றி அதள பாதாளத்தில் வீழ்த்தி விடும்.

ஆகவே சத்தியத்தையே நாடுங்கள். தரும நெறியில் செல்லுங்கள். அம்பிகையின் அருளைப் பெறுவதற்கு இதுவே உத்தமமான வழி. க்ஷேமபாதை என்பது சத்தியத்தில் தான் அடங்கியிருக்கிறது என்பதை மறவாதீர்கள்.

குருவுக்குப் பிடித்ததை விட, குருவிற்குப் பிடிக்காதவை செய்யாமல் இருக்கப் பழகிக் கொள்ள வேண்டும்.

ஆயிரம் வித்தைக் கற்றும் குருவைப் போற்றாமல் இருப்பதும், குருவின் பெருமை தெரியாமலிருத்தலும் வேண்டாதவை.

உலகின் மேலான தத்துவம் குரு. கோடி தானங்களை விட, கோடி தீர்த்தாடனங்களை விட, கோடி யக்ஞங்களை விட, கோடி ஜபத்தை விட, கோடிக் கணக்கான பூஜையை விட, குருவின் பாதஸ்மரணம், பாத ஸேவனம், குருவின் தியானம், குருவின் நாம ஜபம் உயர்ந்தது.

(ஒரே குருவை)

ஏக குருவை உபாஸிப்பது, வணங்குவது, போற்றுவது, தியானிப்பது, கிடைத்தற்கரிய பேறு, கிடைத்தால் அதை விட பெரிய பேறு வேறு ஒன்றுமில்லை.

ஸத்குரு கிடைப்பது தேவியின் கருணையே.

குருமார்களை நிந்திப்பது, விவாதிப்பது தேவையற்றவை.

தேவியின் பரம கருணையினால் குரு நமக்கு கிடைத்துள்ளார்.

குரு, மந்த்ரம், அம்பாள் இம்மூன்றும் ஒன்றே.

குருநாதர் ஒன்று சொல்லிக் கொடுக்கவில்லையே என்றால் இன்றும் காலம் கனியவில்லை என்று அர்த்தம்.

தத்தாத்ரேய தத்துவமே நடமாடும் குருநாதர்கள்.

அம்பாளை அறிய, அறிவதற்குண்டான தவத்தை யும், கருணையையும் பொழிபவர் குரு.

பரம்பொருளை அடைய குரு என்ற தோணி அவசியம்.

அம்பாளை பூஜை செய்து விட்ட பின்பு அதை விட ஆனந்தம் வேறில்லை.

அம்பாள் பூஜையால் என்ன விசேஷம் என்று கேட்கிறார்கள். அம்பாளைப் பூஜிப்பதே விசேஷம்.

மூன்று லோகத்தில் இருப்பவர்கள் இன்றும் அம்பாளை பூஜை செய்து கொண்டுதான் இருக்கிறார் கள்.

நேற்று முறையாக நேர்த்தியாக அம்பாளை பூஜித் திருந்தால் இன்று அதே போன்று அம்பாளை பூஜிக்க முடியும். நாளையும் அப்படியே.

அம்பாளுக்கும், நமக்கும் ஒரு அக்ரீமெண்ட் போட்டுக் கொள்ள வேண்டும். அது உனக்கு நான், எனக்கு நீ.

ஜபம் செய்வதை விட, பூஜிப்பதை விட, அம்பாளைப் பார்த்துப் பேசுவது சிறந்த ஆராதனை.

அம்பாளுடன் உரையாடுவது சிறந்த மோக்ஷ சாதனம்.

லோகாயதன மாற்றங்கள் நடந்து கொண்டே யிருக்கும். அம்பாளை பரம் ப்ரேமையுடன் ஸதா கால பூஜையாக நம்மை அர்ப்பணித்துக் கொள்ள வேண்டும்.

எதிரில் இருப்பது சிலை அல்ல. அம்பாள்தான் என்று பாவித்து பூஜித்தல் மதிநுட்பம் உள்ளவர்கள் செய்வதாகும்.

ஜவ்வாது, அத்தர், அரகஜா போன்ற வாசனைத் திரவியங்களை அம்பாளின் திருமேனியில் சேர்ப்பித்து லலிதா ஸஹஸ்ர நாமத்தோடு பஞ்ச தசீ சேர்த்து சொல்வது ஸௌபாக்யம் தரும் பூஜையாகும்.

பஞ்சதசீ, ஷோடசீ மந்திரத்தால், தூப, தீப, நைவேத்ய மந்திரங்களோடு, உபசாரம் செய்வது அதி உத்தமம்.

நவாவரண பாத்திரா சாதனங்கள் அசைவதோ, நகருவதோ கூடாது. அதுவெல்லாம் உயிர் பெற்ற பாத்திரங்கள். கிட்டதட்ட தேவியின் அம்சங்கள்.

தேவி பூஜையில் ஆசாரமில்லையெனில் சார மில்லை.

வாழைக்கனிச்சாறு அபிஷேகம் சிறந்த பலனைத் தரும்.

திராட்சா ரசத்தை நாமே செய்து, அஷ்டகந்தத்தைப் போட்டு விசேஷார்க்யம் செய்து, தர்ப்பணம் செய்வது அம்பிகைக்கு மிகுந்த திருப்தியைத் தரும்.

அலங்காரம் செய்து அம்பாளைத் தியானம் செய்து கொண்டேயிருப்பது மிகுந்த ஆனந்தத்தைத் தரும்.

அம்பாள் பூஜை செய்வதற்கு யாரும் ஒத்து வரவில்லையே. யாரும் ஒத்தாசை செய்யவில்லையே என்று நினைக்க வேண்டாம். அவர்கள் யாரும் சப்போர்ட் செய்ய வேண்டாம். நாம் செப்ரேட்டாக பூஜை செய்வதையே அம்பாள் விரும்புகிறாள். நம்மைத் தான் மெச்சிக் கொள்கிறாள்.

சண்டி தேவியின் கத்தி, சூலம், கதை, வில், அம்பு போன்ற ஆயுதங்கள் நம்மை தண்டிப்பதற்காக அல்ல.

கண்டிப்பதற்காகத்தான். கமண்டலத்திலுள்ள நீரைத் தெளித்து கலக்கம், குழப்பம், மயக்கம் நீக்கி தெளிவையும் ஞானத்தையும் தருகிறாள் சண்டி.

நேர்த்தியாகச் செய்து முக்கோண வடிவில் தாம்பூலத்தைத் தேவிக்கு அளிப்பதை தேவி உவகை கொண்டு ஏற்கிறாள். அதை சுவாஸினிகளுக்கு சேர்ப்பிப்பது சிறந்த உபாசனை.

கனிவர்க்கங்களின் சாறு அபிஷேகத்தால் தேவி மிகுந்த திருப்தி கொண்டு ஆனந்திக்கிறாள்.

எல்லா உபச்சாரங்களையும் பக்தன் செய்யும்போது அம்பிகை மகிழ்வுடன் சிரிக்கிறாள். அதை மனக்கண்முன் கொண்டுவந்து தியானம் செய்வது சிறந்த வழிபாடு.

வெட்ட வெட்ட துளிர்விடுவது வேட்கை மரம். அதை அடியோடு வெட்டிச் சாய்த்து, தன் திருவடி நிழலில் சேர்த்து விடுவது தேவியின் மாண்பு.

அம்பாளுக்கு பூஜை செய்வதை பார்த்து பார்த்து பூரித்துக் கொள்ள வேண்டும். அதுதான் பரவச நிலைக்கு எடுத்துச் செல்லும்.

பரவச நிலைக்கு நாம் சென்ற பிறகு அனைத்தும் துச்சமாகி விடும்.

அம்பாளைப் பூஜிக்கும் போதும், ஸத்குருவை தரிசிக்கும் போதும் ஒருவித தெய்வீக உணர்ச்சி பொங்கும். இந்த நிலை நீடித்துக் கொண்டேயிருக்க வேண்டும்.

குருவிடம் பேசிக் கொண்டிருக்க வேண்டும் என்று தோன்றுவது பூர்வ ஜென்ம ஸுக்ருதம்.

அம்பாளைப் பூஜிப்பவர்கள் சாதுவாக இருங்கள். முகம் பொலிவு பெறும். சிடுசிடு, கடுகடு என்று இருக்காதீர்கள்.

அம்பாளை ஜபிப்பதும், பூஜிப்பதும், சலிப்பு ஏற்படாத நிலை.

அலட்டிக் கொள்ளுவதும், தேவையற்ற விதண்டா வாதங்களும், அம்பாளிடம் நன்மதிப்பைப் பெற்று தராது.

உருகி, உருகி, நெக்குருக, விழி நீர்கள் ஊற்று என வெதும்பி ஊற்ற பூஜை செய்யுங்கள். வாழ்க்கையில் குடும்ப விஷயத்திலும், மற்ற விஷயத்திலும் அம்பாள் கண்ணீர் சிந்த விட மாட்டாள்.

நிஜமான பிரேமையும், விசுவாசமும், பாசமும், இரண்டு பேரிடத்தில் தான் வைக்க வேண்டும். ஒன்று அம்பாள், அடுத்தது குரு. பிரேம ஸ்வரூபா, ப்ரியங்கரீ என்ற நாமாக்களை நினைவில் கொள்ளுங்கள்.

குருமண்டலத்திற்குப் பூஜை செய்து விட்டுத் தான் அம்பிகைக்குப் பூஜை செய்கிறோம்.

ஸ்வகுரு கீர்த்தன ப்ரியாயை என்ற பாலா ஸஹஸ்ர நாமாவளியை உணர்க.

அம்பாள் காட்டிக் கொடுக்கும் பரமதயாளன் குருநாதர் என்பதை உணர்ந்து ஓர்க.

நம் பூஜையை அம்பாள் ஏற்றுக் கொள்கிறாள் என்று உவகை கொண்டு பூஜியுங்கள்.

அதிக நேரம் புண்ணிய நீர்நிலைகளில் தேவியின் ஜபம் செய்க, தர்ப்பணம் செய்க.

ஓடுகின்ற நீரில் ஜபம், அம்பாளைக் குறித்து செய்வதால் பாபங்கள் ஓடும். நதியின் சுவை மிகுந்த தன்மை நம்மைப் புனிதனாக்கும்.

சக்தியின் ஆற்றலைப் பெறுவதற்கும், வல்லமையை அடைவதற்கும் முயற்சி செய்க.

பராம்பிகையின் சிறந்த சிம்மாஸனம், நமது ஹ்ருதயம் தான். ஹ்ருதயத்தில் வேறு ஒருவருக்கு இடமில்லை எனத் தீர்மானித்து விடுங்கள். தீர்மானித்து விட்ட பிறகு அம்பாளின் ஆஸ்தானம், ஸமஸ்தானமாகி விடுகிறது நமது ஹ்ருதயம். இனிமேல் அம்பாள் நம்மை விட்டு நகராமலிருப்பாள். இனி யதாஸ்தானமே இல்லை.

அம்பாளைப் பூஜித்து வாழ்க்கையில் ஜெயமடை யுங்கள். வழி நடத்துவது அம்பாள் தான் என்று வழிபடுங்கள்.

மனமாகிய ஓடையில் பக்தி மிகுந்த நீரைப் பருகி அன்னப்பட்சிப் போன்று வருகிறாள் தேவி.

வாட்டுகிற, தொல்லை தருகிற வியாதி என்ற மலையைப் பிளக்கும் கருணை வஜ்ராயுதம் அம்பிகை.

கொலுசு சத்தமும், சின்ன, மென்மையென விளங்கும் சிரிப்பொலியும் பாலா ஜபம் செய்யும் போது கேட்டாலும், ஜபம் செய்து தூங்கும் போது கேட்டாலும் சுபசகுனம். இது நீடித்துக் கொண்டேயிருக்க வேண்டும்.

பாலேடு, பால்சோறு அம்பாளுக்கு வைத்து வழிபட்டால் ஐஸ்வர்யம்.

ஜபசாதனையே சிறந்தது. ஜபம் உள்ளத்திற்குள் எப்போதும் தாரை போன்று ஓடிக் கொண்டிருக்க வேண்டும்.

84 லட்சம் ஜீவராசிகளில் லலாடத்தில் (நெற்றியில்) உரோமங்கள் இல்லாத ஜீவராசி மனிதன் தான். அம்பாளின் பிரசாதத்தையும், திருநீற்றுப் பிரசாதத்தை யும் நிறைய வையுங்கள். வைத்து இறை சாந்நித்தியத்தை நிரப்புங்கள்.

அம்பாளைப் பற்றியும், குருநாதரைப் பற்றியும் நிறைய உயர்த்திப் பேசுங்கள். நீங்கள் மேதா விலாஸத் தோடு இருப்பீர்கள்.

உள்ளிருக்கும் அன்பை அபிஷேக நீராக்குங்கள். உறையும் ஆவியை நைவேத்தியமாகச் செய்யுங்கள். மூச்சுக் காற்றை தூபமாகக் காட்டுங்கள். நல்லறிவை தீபமாக் குங்கள். இதுவே ஸதாகால பூஜை.

அறுசமயங்கள் தோறும் வேறு வேறாக நின்று விளையாடும் அம்பாளை யார் அறிய முடியும். எல்லாச் சமயமும், ஆம்னாயங்களும் தேவியே.

ஆத்மாவாகிய பஞ்சவர்ணக்கிளியானது கூண்டில் அடைபட்டு, சுதந்திரமாக வெளியில் பறக்க எண்ணு கிறது. பந்தங்கள் என்பதே கூண்டு. இதை அனுக்ரஹம், கிருபை என்ற பார்வையாலும் குருபாதுக ஸ்மரணத்தினாலும் திறந்து விடுபவர் குரு. சிஷ்யனின் அல்லல்படும் ஆத்மாவை ஒரு நிலைக்கு நிறுத்தி, சுத்தி செய்து க்ஷேமப் பாதையைக் காட்டுபவர் குரு.

இக்ஷுஸப்ரியாயை என்றபடி கரும்புச் சாறு அபிஷேகம் செய்வித்தல் மிகுந்த நற்பலனைத் தரும். அது போன்றே திராட்சை ரஸமும்.

விசேஷார்க்ய அம்ருதத்தை, தத்வசோதனம் செய்யும் போது கட்டை விரல் பாதியளவு வரை தான் இருக்கும்படியாக அம்ருதத்தைப் பருக வேண்டும். எந்தக் காரணத்தைக் கொண்டும் அதிகமாக எடுத்துக் கொள்ளக் கூடாது.

பட்டைகளாலோ, சோற்றாலோ, வாழைக்கனி யாலோ, மற்றவைகளாலோ தயாரிக்கப்பட்ட ஊறவைத்த பானங்களைப் பருகக்கூடாது.

சந்தனக்கட்டையை, சந்தனக்கல்லில் அரைத்து அதை விசேஷார்க்ய அம்ருதமாகத் தர்ப்பணம் செய்ய லாம்.

அரைத்த சந்தனத்தை எடுத்து ஸ்ரீசக்ரம் போன்ற யந்திரங்களில் வாசனை கலந்து, பூசி பின்பு அர்ச்சித்தால் விசேஷம் அதிகம். பூசிய சந்தனத்தை உடம்பில் தடவிக் கொண்டால் ரோகம் மறையும்.

ஸ்ரீசக்ரம், புவனேச்வரி யந்த்ரம் போன்ற யந்த்ரங் களைப் பூக்கோலமாகப் போட்டு அலங்கரித்து ஜபம் செய்வது மங்களகரம்.

பூஜை முடித்த பின்பு ஆரத்தி எடுப்பதால் தேவி ஆனந்தம் அடைகிறாள்.

ஸ்ரீவித்யா குலத்தில் முறைப்படி தீக்ஷை எடுத்துக் கொண்டவர்கள் யாவரும் ஒன்றே. பூர்ணாபிஷேகம் செய்து கொண்ட அனைவரும் ஸ்ரீவித்யா குலமே.

ஹ்ருதயத்தில் அம்பாளையும், சிரஸில் ஸஹஸ்ரா ரத்தில் ஸ்ரீகுரு பாதுகையும் வைத்து பூஜிப்பவள் சிறந்த ஸாதகன் புத்திக் கோணலை நிமர்த்தி கர்மக்குவியலைப் பொசுக்கி அனுக்ரஹம் பண்ணுகிறவர்கள் அம்பாளும் குருவும்தான்.

ஹ்ரீங்கார உத்யான கேகிண்யை என்றபடி அம்பாளை மயிலாகப் பாவித்து தியானம் செய்வது மனது மலர்ந்த மலர் போலிருக்கும்.

கும்பிட்டு அனந்தமுறை தெண்டனிட்டு, நம் மனக்குறை எல்லாம் தீரும் வண்ணம் மறுமலர் எடுத்து அம்பாளை அர்ச்சிக்கவும், மலர் மொட்டாயிருப்பது, மறுமலர் மலர்ந்த மலர் அதுபோன்றே மட்டவிழ் மலர் கொடு இதழ்கள் மலர்ந்து மலராயிருப்பது (மடல் அவிழ).

ஓடுகின்ற ஜலத்தையும், கீழே விழுந்த கனிகளையும், கிழங்கையும் உண்டு ஜபதபாதிகளைச் செய்து வருவது அம்பாளுக்கு உகப்பாக இருக்கும். இதை சில காலம் எனது தகப்பனாரோடு நானும் செய்துள்ளேன்.

வாழும்படி ஒன்று கண்டு கொண்டேன் என்று சொல்கிறது அபிராமி வேதம். அது தான் அம்பிகை யோடு அவளது தளிர் நளின சரண கமலங்களில் நம்மை இணைத்துக் கொள்வது. இந்த மேலான உபாஸனையைத் தான் முழுமையான வாழ்க்கை என்று சொல்கிறது அபிராமி வேதம்.

மலர்ந்த, வாசம் மிகுந்த மலரை நாமாவளியோடு அம்பாளின் பாதங்களில் சேர்ப்பியுங்கள். மலர் தூதாகச் சென்று நம் பக்தியைப் பற்றி தேவியிடம் சொல்லும்; பின் வேறென்ன வேண்டும்.

தனுர், பாண, பாச, அங்குச, சூல, அபய, வரத, சங்க, சக்ர, டமருக, பத்ம, யோனி முத்திரைகளை அடிக்கடி காண்பித்து மகிழ்க. வாழ்க்கை நேராகும். சரீரம் சீராகும். நம்மை பார் போற்றும்.

பசுவினங்களின் தாய் காமதேனு. அம்பிகை இருக்குமிடத்தில் இந்தக் காமதேனு சுரபியாக இருந்து போஜனத்தை அருளுகிறாள். கோமாதாவைப் பூஜியுங்கள். ஜகன் மாதா மனமகிழ்கிறாள்.

அயோன்யை நமோ நம: என்ற நாமாவளியை அடிக்கடி நினைவில் கொள்க. இன்னொருமுறை மறுபடி யோனியில் பிறக்காதபடிக்குச் செய்கிறாள் பராம்பிகை.

ஒரு கலசத்தில் நறுமணப் பூக்களை நிரப்பி சப்தசதி பாராயணம் செய்து, எள்ளுப் பாயஸம் நைவேத்யம் செய்து, கலசத்திலுள்ள பூக்களை அம்பிகையின் செந்தாமரையன்ன மலர் பாதத்தில் கார் அனந்தம் கோடி வர்ஷித்ததுப் போன்று அம்பாளை நினைத்து கண்களில் தாரையென கண்ணீர் விடுங்கள். இதுதான் பன்னீரை விடச் சிறந்த அபிஷேகம். இதுதான் தேவிக்கு உகப்பு.

அம்பிகை உபாஸனையில் ஆர்ப்பாட்டம் கொந்தளிப்பு வேண்டாம். யோகியாய் மாறுங்கள். தவத்தை நடத்துங்கள். ஒடுங்கி விடும் மனம். ஒடுங்கக் காண்பது யோகியர் உள்ளம் என்பதை நினைத்து உளம் குளிர்க.

பழைய இருப்பிடமாக, அம்பிகை தானே வந்து உளம் புகுந்து அவளைப் பூஜிக்க வைக்கிறாள். நாம் நினைத்தால் முடியுமா? இது கிடைக்குமா?

சந்திர மண்டல மத்யகா என்றபடி முழுநிலா நாளிலும், மற்றுமுள்ள நாட்களிலும் முழு நிலவாய் தியானித்து, வரவழைத்து உபாஸனையைத் தொடர்க. பந்தத் தொடர்பு விட்டுப் போகும். முழுநிலவு தியானம் பரம சுகம்.

அளவற்ற கருணையும், எல்லையற்ற அன்பும், மிகுந்த பிரேமையும் கொண்டு என்னை அம்பாளின் பாதத்தூளியாக அர்ப்பணித்த என் ப்ராணநாதர் என் தகப்பனார், யுக புருஷர் பரமஹம்ஸ ஸ்ரீபுவனேஸ்வரி ஸ்வாமிகளின் பாத சரணங்களில் சிரம் தாழ்த்தி பக்தியுடன், நமது அன்பர்களுக்காகப் பிரியமுள்ள சிஷ்யர் களுக்காக என் உள்ளத்தில் மலர்ந்த க்ஷேமப்பாதை என்ற புஷ்பங்களை ஸமர்ப்பித்து நமஸ்கரிக்கிறேன்.

எனக்கு புவனேஸ்வரி மந்த்ர தீக்ஷை கொடுத்த என் தகப்பனார் என் மீது தனது தவத்தையும், சக்தியையும் மிகுந்த கருணையோடு சிரஸில் கரம் வைத்து வர்ஷித்தார். தவம் நடத்தினேன். நெக்குருக, உளம் உருக பூஜித்தேன். நைவேத்யம் செய்யும் போது அந்த பாலன்னத்தில் அம்பாளின் வலது கை மூன்று விரல்கள் பதிந்திருந்தது. அன்று முதல் இன்று வரை பேரானந்தப் பெருவெள்ளம் என் உள்ளத்திலும், என் தேகத்திலும் பொழிந்துக் கொண்டேயிருக்கிறது. வாக்கெல்லாம் சித்திக்கிறது. ஊனெல்லாம் தித்திக்கிறது. உயிரெல்லாம் தித்திக்கிறது. என் தயாளபிரபு குருநாதர் கருணையை எண்ணி எண்ணி வியக்கிறேன். யோகமாயாவின் பெருங்கருணையில் நாளெல்லாம் பூரித்துப் பூரித்து, பரவச நிலையில் ஆனந்திக்கிறேன்.

ஸமர்ப்பித்து பின் அதை பூக்குளியலாகத் தன் மீதும், மற்றவர் மீதும் (நம் கால்களில் படாமல் சிரஸில் படும்படியாக) வர்ஷித்துப் கொள்ளவும்.

ஸகல ஸௌபாக்கியம், பரம சௌக்கியம், பரிபூரண ஆனந்தம்.

த்யாயேத் ரத்ன கடஸ்த ரக்த சரணாம் என்றபடி ரத்னங்களை ஒரு சிறிய வெள்ளிக் கலசத்தில் ரொப்பி அதன்மீது அம்பிகை பாதம் படும்படியாக அமைத்து பூஜிக்கவும், ஐஸ்வர்யமாகிய பாக்கியம் என்ற சமுத்திரம் தினமும் பொங்கும். எனது குருநாதர் நித்தமும் செய்த வழிபாடு இது.

கண்ட சோறு, காணாத சோறு, எச்சில் சோறு, மிச்ச சோறு, மணச்சோறு, பிணச்சோறு தின்ன வேண்டாம். அம்பிகை உபாசகர்கள்தானே. சமைத்து சாப்பிடுவது, குருவின் சந்நிதியில், மனைவி கையாலும், தேவதா சந்நிதியிலும் சாப்பிட்டுப் பழகவும்.

பக்த ஸுலபா, பக்திப்ரியா என்ற நாமாவளியை நினைத்து பக்தி செய்க. சத்திய பிரஸாதினியாய் க்ஷிப்ர ப்ரஸாதினியாய் சீக்கிரம் வரம் தரத் தயாராயிருக்கிறாள்.

ஹயக்ரீவரையும், அகஸ்தியரையும் தினமும் போற்றுங்கள். வணங்குங்கள். இவர்கள் இல்லையெனில் இப்பூவுலகிற்கு லலிதோபாஸனை, ஸஹஸ்ரநாமம், திரிசதீ கிடைத்திருக்காது. பொதிகை மலையில் குற்றாலத்தில் நான் பிறந்ததை எண்ணிப் பூரித்துப் போயிருக்கிறேன். கும்பமுனி அகஸ்தியர் பொதுமலையான பொதிகை மலையில் தன் முழுத்தவத்தையும், சக்தியையும் அருளியுள்ளார்.

அம்மா அம்மா என்று வாய் நிறைய பெற்ற தாயைக் கூப்பிடுங்கள். இந்தத் தாயைக் கூப்பிடுவதால் அம்பிகைத்தாய் மெச்சிக் கொண்டு மறுபடி இன்னொரு தாயின் வயிற்றில் கருப்பையில் பிறக்காமல் செய்கிறாள்.

1. ஜபமாலை 51 மாத்ருகா அக்ஷரப்படி ஸ்படிகமோ, ருத்ராக்ஷமோ, முத்தோ அல்லது பவளமோ 51 மணிகளாக வைத்துக் கொள்ளலாம். மாத்ருகா அக்ஷரங்களான அம் முதல் க்ஷம் வரை பாலா, பஞ்சதசீ, ஷோடசீ ஜபங்களை முன் சொன்னபடி சேர்த்துச் சொல்வது, மாத்ரு அக்ஷரங்களையும் சேர்த்து ஜபித்த பலனைத் தருவதாகும். அம் கஏஈலஹ்ரீம், ஹஸக ஹலஹ்ரீம், ஸகலஹ்ரீம் அம் என்றபடி வரிசையாக ஜபம் செய்வது அதி உத்தமம். என் தகப்பனார் இப்படித்தான் தானும் ஜபம் செய்து எனக்குப் படிப்பித்தார். மாத்ருகா அக்ஷரங்களை அட்டவணை போட்டு எதிரில் வைத்துக் கொண்டால் உதவியாயிருக்கும்.

2. மகாகணபதிக்கு அருகம்புல்லை வைத்து வணங்கு வது சாலச் சிறந்தது. 21 கணு உள்ள அருகம்புல் அதிக பலனைத் தரும். அருகம்புல் மகாகணபதி யின் அருகாமையில் கொண்டு செல்ல உதவும்.

3. கமண்டலம் அல்லது கிண்டி, சிறிய பஞ்சபாத்திர உத்தரணி, ஆத்ம பாத்திரம் எப்போதும் அம்பிகை உபாசகர்கள் உடன் கொண்டு செல்ல வேண்டும். அம்பிகை அருள் ப்ரபாவம் எப்படியிருக்கும் என்று சொல்ல முடியாது. திடீரென விசேஷசார்க்ய அம்ருதம் ஸ்விகரிக்க ஆத்மபாத்திரம் உதவும். அதுபோல ஸந்தி போன்ற கர்மாக்களை செய்யவும், சுத்தி மற்றும் ஆசமனம் செய்யத் தேவைப்படும்.

4. அம்பாள் இருக்குமிடத்தைச் சுற்றி வாசனை திரவ்ய மான ஜவ்வாது மற்றும் அத்தர் கலந்த சந்தனக் கலவையை சுவற்றில் பூசி விடலாம். அது எப்போதும் மணம் பரப்பி சுகந்தத்தை ஏற்படுத்திக் கொண்டே யிருக்கும்.

5. மொட்டான ஆனந்தம் மலர வேண்டுமெனில் மலர்ந்த நறுமண புஷ்பங்களை அம்பாள் திருவடியில் சேர்ப்பித்து விடுங்கள். ஜன்மாந்திர வாசனை தொலைந்து இந்த ஜன்மா புனிதமாக யிருக்கும்.

6. பஞ்ச கவ்ய சுத்தம் வாரம் ஒருமுறை பூஜை அறையில் அவசியம் செய்க.

7. கலகலத்துப் போவது சரீரம். சரீரம் சீர்யதே என்றபடி திடகாத்திரமாக இருக்கும்போதே நல்லபடியாகப் பூஜித்து விடுங்கள்.

8. அடிக்கடி அம்பாளுக்கு பனை ஓலைத்தோடு, பாசிமணி, கருகுமணி இவைகளை அணிவித்து, மயிற்பீலி தலையில் வைத்து அலங்காரம் பண்ணிப்பாருங்கள். புளிந்திநீ என்ற நாமா வளிப்படி வேடுவர் குலப் பெண்ணாக துர்கை விளங்குகிறாள். இதன் மூலம் துர்கையின் பேரருளைப் பெற முடியும்.

9. ஹய்யங்கவீன ஹ்ருதயா வெண்ணெய் மாதிரி உருகும் ஹ்ருதயம் உடையவளாய் தேவி இருக்கிறாள். அவ்வளவு இரக்க சுபாவம் கொண்டு இறங்கி வருகிறாளாம். இப்படி தியானித்தால் நமக்கும் அரக்க சுபாவம் போய் இரக்க குணம் வருமல்லவா!

10. ஸ்பர்ச மணி. இது இரும்பின் மீது உராய்வதால் தங்கமாக மாற்றும் தன்மை ஸ்பர்சமணிக்கு உண்டு. ஆனால் தங்கத்தை ஸ்பர்ச மணி கொண்டு உராய்ந்தால் ஸ்பர்சமணியாக மாற்ற முடியாது. ஆனால் குருவானவர் தன்னை விட உயர்ந்த நிலைக்கு, அதாவது ஆயிரம் மடங்கு மேலான இடத்திற்கு கீர்த்தியும், புகழும் சக்தி மிக்கவனாக, சிஷ்யனாக ஆக்கி சந்தோஷம் கொண்டு அனுக்ரஹம் பண்ணுகிறார். அதனால் குருவை

ஸ்பர்சமணியோடும் ஒப்பிட முடியாத பரம கருணா மூர்த்தியாக விளங்குகிறார். அதனால் குருமூர்த்தியை நம: என்ற நாமாவளிப்படி அம்பிகையே குருவாக இருக்கிறாள். என்னே அம்பாளின் கருணை! இந்த நேரத்தில் என் ப்ராணநாதர் என் தகப்பனாரை எண்ணாமல் இருக்க முடியுமா? அன்பே அவதாரம் எடுத்துக் கொண்டு பூமிக்கு வந்த என் தந்தையான குருநாதரை.

11. இருப்பதை இல்லாததாகச் செய்வதும், இல்லாததை இருப்பதாகச் செய்வதும் அம்பாளின் விசித்ர லீலை. இதில் நமது சாமர்த்தியமோ, புத்திசாலித்தனமோ எதுவும் நடக்காது.

12. கர்ண பரம்பரையாகவே உபதேசங்கள் நடந்து வந்துகொண்டிருக்கின்றன. இதை செவி வழி செய்பவர் குரு. காதுகள் அம்ருத பாத்திரம். அம்ருதத்தைத் தவிர வேறு எதையும் உட்புகுந்து விடாமல் காதுகளைப் பத்திரப்படுத்துங்கள். அம்ருதம் நல்ல சத்தான விஷயங்கள், மந்திரங்கள்.

13. கண்முன்னே இருக்கும் சூரியன் குருடனுக்குத் தெரியாது. அதுபோல குரு என்ற தத்துவம் அஞ்ஞானிகளுக்குப் புலப்படாது. தெரியாது.

14. கிருஷ்ண பரமாத்மா அர்ஜுனனுக்கு திவ்ய திருஷ்டியை வழங்கி விசுவரூப தர்சனத்தைக் காட்டியருளினார். அதுபோல வேதவியாஸர் தேரோட்டியான ஸஞ்சயனுக்கு, கிருஷ்ண பரமாத்மாவைப் போல திவ்ய திருஷ்டியை வழங்கினார். ஆகவே மகான்களுக்கும், குருமார் களுக்கும், வேதவியாஸர் போன்று அருளாற்றல் புரிவதில் வல்லமையுண்டு.

15. தலையில் தயிர் பானை மற்றும் சுமையைச் சுமந்து வருவார்கள். தலைக்கு மேலிருக்கும் சுமைக்கு நடுவில் துணியால் சுற்றப்பட்ட சும்மாடு இருக்கும். சும்மாடுதான் சுமையைச் சுமப்பதாக சிலர் எண்ணுவர். இயக்கம் பரம்பொருளுடையது. நாம் சும்மாடு போலத்தான்.

16. கத்தரிக்காய் பல மூட்டைகளாக வைத்துக் கொண்டு அலட்டிக் கொண்டு இருந்தாராம் ஒரு காய்கறி வியாபாரி. தான் ஒரு பெரிய வியாபாரி. தன்னிடம் இவ்வளவு சரக்கு இருக்கிறதென்று. ஆனால் ஒரே ஒரு வைரக் கல்லை சிறு பெட்டியில் வைத்துக் கொண்டு அடக்கமாக இருந்தாராம் ஒருவன். விற்பனையாகாமை யால் மூட்டையிலுள்ள கத்தரிக் காய் அழுகிப் போயிற்று. அழுதுகொண்டே யிருந்தான் காய்கறி வியாபாரி. வைரக்கல் நல்ல விலை போயிற்று. உயர்ந்தான் அந்த அடக்க மானவன். வைரம் ஞானத்திற்கு ஒப்பானது. கத்தரிக்காய் வீண் வாழ்க்கைக்குச் சமமானது.

17. அம்பிகை பேரறிவு ரூபமாக இருக்கிறாள். இந்தப் பேரறிவால் அம்பிகையை உணர ஒரே வழி தியானம். நிலையான மனதுடன் உருவகப்படுத்து வது. அம்பிகையை கரம், பாசம், அங்குசம், சூலம், பஞ்சபாணம், கரும்பு வில், திருமுக மண்டலம், திருவடி இப்படி தனித்தனியாகவோ, மொத்த உருவமாகவோ பேரறிவு கொண்டு தியானம் செய்யுங்கள். கொஞ்சம், கொஞ்சமாக முயற்சித்து பின் தியானத்தை அப்பியாஸம் செய்து கொண்டு வாருங்கள். அந்தப் பேரறிவால் தியானம் நிலைத்து நிற்கும். பின் பரமானந்தம் தான்.

18. தேவியை வழிபடத் தெரியவில்லையென்றால் கொஞ்சி மகிழுங்கள். கன்றுக்குட்டி, பசுவிடம் துள்ளிக் குதித்து விளையாடுவது போல் ஆனந்தியுங்கள். நீங்கள் பேசிப் பேசிப் பழகுங்கள், அழுது பாருங்கள், அமுது படையுங்கள். கண்ணாரக் காணுங்கள், ரசியுங்கள், நம் தாயை போன்று பல கோடி தாய்மார்களைப் படைத்த லோக மாதாவைப் பாருங்கள். அவள் நம் பார்வையாக, கேட்கும் திறனாக, தொடும் உணர்ச்சி யாக, அசையும் அசைவாக நுகரப்படுவதாக இருக்கும் அனுக்ரஹத்தைப் பாருங்கள். உங்கள் பேச்சுக்களே ஸ்தோத்ரக் கவியாக மாறும். இப்படித்தான் உபாசனையை வளர்த்துக் கொள்ள வேண்டும்.

19. வெளியில் போகும் போது போய் வருகிறேன் என்றும், வந்துவிட்ட பின்பு எப்படியிருக்கிறாய் என்றும்,

காலையில் எழுந்தவுடன் பிரபஞ்சம் போற்றும் நாயகியே... உலகத்தை உலக ஜீவராசி களை ரக்ஷிப்பதற் காக நீ தூங்காமல் இருக்கிறாய் என்றும், படைத்த நைவேத்யத்தை எடுத்து ஊட்டுங்கள். பராசக்திக்கு நமது பராம்பிகைக்கு இது ரொம்பவும் பிடித்தமான உபசாரம். நம்மை மெச்சிக் கொள்வாள். நமக்கு எல்லாம் லேசாகி விடும். எல்லாமே எளிதாகிவிடும். நமக்கு ஒரு பூரிப்பு வரும். ஏனெனில் பராம்பிகைக்கு நம்மை அர்ப்பணித்து விட்ட நிலையில் யாருக்கும் கிடைக்காத ஒன்று நமக்குக் கிடைக்கும். அதுதான் ஆனந்த களிப்பு. இதை அனுபவியுங்கள்.

20. பிரியத்தோடு உற்று நோக்குங்கள். இரு கைகளாலும் பூக்களை எடுத்து அம்பிகை மீது சொரியுங்கள். நிஜமான பிரியமென்பது மாறாமலிருப்பது. மற்றவர் நம் மீது வைப்பதோ, நாம் அவர்கள் மீது வைப்பதோ போலியானது. இதை நாம் பின்னாளில் தான் உணர முடியும். ஜென்மங்களில் தொடர்வது பிரிய பந்தம். அதுதான் அம்பாளிடம் நாம் முன் வைத்த பிரியம். இப்போது தொடர்ந் துள்ளது. நம்மைத் தேர்ந்தெடுத்த அம்பிகை மாறாமல் நம்மீது பிரியம் வைத்து ஆட்கொண்டிருக்கிறாள். அதனால் அவள் ப்ரியங்கரீ. இனி நம்மை விட்டுப் பிரியாமல் இருப்பாள் இந்த ப்ரியங்கரீ.

21. பிரேமை நீங்கள் ராதையாகி விடுங்கள். இந்த பிரேமையிலிருந்து நீங்காதவளாய், யோகமாயை யான கிருஷ்ண ஸ்வரூபியான தேவி நம்மை மெச்சிக் கொண்டு அவள் அருகாமையில் வைத்துக் கொள்வாள். இந்தப் பந்தக் கட்டுகளில் அகப்படாமல் அவள் பிரேமையில் அகப்பட்டு வேறு ஒன்றும் நம்மை ஆட்கொள்ளாமல் அவள் ஆனந்தித்து நாம் வைத்த பிரேமையில் அவள் உற்சாகம் கொண்டு இத்தனை நாள் அர்ச்சித்த, பூஜித்த, ஜபித்ததின் சாட்சியாக ஒரு ரூபம் எடுப்பாள். அதுதான் பிரேம ஸ்வரூபா! அம்மா எத்தனை சுகமாக இருக்கிறது இந்தப் பிரேம ஸ்வரூபா. இது போதுமம்மா!

22. மகாராணியைப் பார்க்க முடியாதபடி காவலும், ஏவலும் இருக்கும். இந்த மகாராணியைப் பார்ப் பதற்கு சிம்மாஸனம் நெருங்க முடியாத வகையில் கம்பீரமாய் இருக்கும். ஆனால் நம் தாய் லோக மாதா புவனேஸ்வரியின் சிம்மாஸனம் கம்பீரமாயும் தேஜஸோடும் இருந்தாலும் நம் பக்தியை ஏற்று காவலையும், ஏவலையும் விலக்கி இறங்கி வந்து நம்மை அரவணைக்கும் மகாராணியாக விளங்குவதால் மாதா ஆகிறாள். அதனால் தான் இந்த ஜன்மத்தில் ஒரு உத்தமத்தாயின் மணி வயிற்றில் பிறக்க வைத்து அவளை வழிபடும்படி செய்த ஸ்ரீமாதா ஆனாள்.

23. ஹே! குருநாதா நீ எப்பேற்பட்டவர்! பரம் பொருளான அம்பிகையை நேசிக்க வைத்திருக் கிறாய். நீ சாதாரணமானவர் அல்ல. நீ ஒரு சாமானியர். சூக்ஷ்மம் தெரிந்தவர் நீ. சூத்திரக் கயிறு இவள்தான் என்று சுட்டிக்காட்டியவர் நீ. நீ சுயநல வாதியல்ல. ஏனெனில் நீ ஆசார்யர், தேவநாத குருவஸ்வாமியான நீ பரப்பிருமத்தின் பிரதிபிம்பம் நீ. நீ உணர்ந்ததை உலகத்திற்கு உபதேசித்த உச்ச குரு நீ. உலகு மெச்சிய குரு நீ. உமது குருமண்டலத்திற்குள் நான் நுழைவதற்கு எனக்கு ஆணை பிறப்பித்து விடு. அது உம்மால் தான் முடியும். உமக்குப் பிடித்தமானவன் நான். நீ தேவிக்குப் பிடித்தமானவர்.

24. என் காதுகளையும், கண்களையும், உடல் முழுவதையும், தலையையும் பிரியத்தால் தடவிக் கொடுத்திருக்கிறாய். நீ என் மீது இவ்வளவு பாசம் வைத்து விட்டு ஏன் பிரிந்தாய்? நான் அம்பிகையின் வழிபாட்டைத் தொடர வேண்டுமென்றுதான். பின் மற்றவர்கள் தொடர வேண்டும் என்பதால் தான், உன்னைப் போன்று அன்பு செலுத்த யாரால் முடியும்? நீ கருணா ஸமுத்திரம். அன்புக்குச் சான்றாக உன்னை அனுப்பி வைத்து விண்ணுலகம் மகிழ்ந்தது. பின் மண்ணுலகம் மகிழ்ந்தது. ஏனெனில் உன்னைப் போல் அம்பிகையைப் பூஜித்தது யார்? உன்னைப் போல் ஆராதித்தது யார்? உன்கூட ஒத்தாசை செய்ய வைத்து மகிழ்ந்தாயே. நான் கொடுத்து

வைத்தவன். மீண்டும் சொல்கிறேன் உன் பிரியத்தின் மிச்சம் நான்!

25. புவனேஸ்வரி ஸ்வாமி என்றால் உள்ளமெல்லாம் உவகை. நீ அகஸ்தியருக்கு அடுத்தபடியாக ஸ்ரீவித்யையில் சொன்னதெல்லாம் செய்து மகிழ்ந்த மந்திர சாம்ராட் உன்னிடம் நான் ஜனித்தது மாபெரும் பாக்கியம். என்னைப் போல் அதிர்ஷ்டசாலி யாருமில்லை. இருந்தாலும் அப்பா நீ இல்லாமல் இங்கே இருக்க முடியவில்லை. நான் வருவேன். குருமண்டலம் என்னை சிந்தாமணி க்ருஹத்திற்குக் கூட்டிச் செல்லட்டும் உன் தலைமையில்.

26. காலன் நமக்கு வேண்டாதவன். கதை முடிக்கும் இவன்தான் நமது சத்ரு. மார்க்கண்டேயனுக்குக் கூட தொந்தரவு செய்தவன். காலத்தைக் கடத்து வதால் இவன் காலன் என அழைக்கப்பட்டவன். கொம்பனுக்குக் கொம்பன் ஒருவன் உண்டு. வீரனுக்கு வீரன் ஒருவன் உண்டு. இந்தக் காலனையே கடத்துவதால் நமது அம்பிகை காளீ எனப் போற்றப்பட்டாள். தெலுங்கிலே காலி என்றால் காற்று என்று பொருள். நமது மூச்சுக் காற்றாய் இருப்பவள் இந்த காளீ தானே. இதில் என்ன ஐயம்?

27. இனி நமக்குப் பிறவி இல்லை. பாவப்பிணிப் போக்கும் பவதாரிணி இவள். அம்பிகைக்கு மாதம் ஒரு முறை பௌர்ணமியன்று கற்பூரமாலையைப் போட்டு அலங்கரியுங்கள். மௌன நிலையில் இந்த அழகைப் பாருங்கள். மனம் கற்பூரமாய்க் கரைவதை அனுபவிக்க லாம். வாயுமண்டலம் யாவும் கற்பூர மண்டலமாய் மணக்கும்.

28. இனியும் தாமதிக்காதே. சக்தி பூஜையை நடத்தத் தயாராகி விடு.

29. அலைபாய்வதை நிறுத்து. அம்பிகையிடம் மனதைச் செலுத்து!

30. ஐம், கஏஈ, லஹ்ரீம், க்லீம் ஹஸகஹலஹ்ரீம், ஸௌ: ஸகலஹ்ரீம் இது ஸௌபாக்யத்தைத் தருவதால் ஸௌபாக்கிய வித்யை என்றாயிற்று. ஐம் வாக்பவம், க்லீம் மாயாபீஜம், மாயக்காரி என்று சொல்கிறோமே அப்படியாக மாயை மறைத்து பிரம்மத்தைக் காட்டுவதால் மாயாபீஜம் க்லீம், ஸௌ: ஸௌபாக்ய பீஜம். ஆஹா என்ன சௌக்கியமாக இருக்கிறது. எப்படிக் கண்டுபிடித்துள்ளார்கள் நமது ரிஷிகள். மனித குலத்திற்காகவே ஏற்பட்ட மாமணி மந்திரம் ஸௌபாக்ய பஞ்சதசீ.

31. அம்பாள் உபாசனையில் முதல் வரப்ரஸாதமே, வாக்குவல்லமையும், வாக்குப் பலிதமும் தான். அதற்கு அடுத்தப்படி சாஸ்திர ஞானம், புராண இதிஹாஸ ஞானம். இவையெல்லாம் கொடுத்து விட்டு, பணிவு, அடக்கம், பொறுமை, நிதானம் இருக்கிறதா என்று தேவி பார்ப்பாள். இதில் ஜெயித்து விட்டால் பாஸ் மார்க் வழங்கி விடுவாள். இதையும் அம்பிகை தானே வழங்க வேண்டும்? வழங்க முடியும்.

32. உபாசனையைச் செய்து விட்டு, விபரம் தெரியாத பாமரர்களிடம் அன்பு செய்ய எத்தனியுங்கள். அன்பு கொண்டு நம்மை ஏற்றுக் கொள்ளுவாள் தேவி.

33. ஸ்ரீவித்யை பற்றி ஞானம் இல்லையே, ஒன்றும் தெரியவில்லையே என்று இழிவு படுத்தாதீர்கள். நம்மிடமில்லாத பக்தி அவர்களிடம் இருக்கலாம். இதில் நாம் ஏமாறாமல் இருந்து ஏற்றம் அடைய வேண்டும்.

34. மாரியம்மன் தாலாட்டு என் தந்தையார் பாடுவார். ராகமாகப் பாடுவார். பூஜை முடிந்து விட்ட பிறகு உடுக்கை சத்தம் சில மணி நேரம் கேட்டுக் கொண்டேயிருக்கும். புவனேஸ்வரி ஸ்வாமிகள் மகா நிபுணர்.

35. ஸர்வாசா பரிபூரக சக்ரஸ்வாமின்யை என்றபடி அம்பிகை பக்தர்களுடைய நியாயமானதும், எது பக்தனுக்குத் தேவையோ, அனைத்து விதமான ஆசைகளை, கோரிக்கையை, பிரார்த்தனையை,

விருப்பத்தை நிறைவேற்றி வைக்கும்படியான ஸ்வாமினியாக தேவி இருக்கிறாள் என்பதே மேற்சொன்ன நாமத்தின் பொருள்.

36. எடுத்த காரியம் யாவினும் வெற்றி, எங்கு நோக் கினும் வெற்றி என்று மகாகவி உணர்ந்து அனுபவித்துப் பாடியிருக்கிறார். அம்பிகையைத் தொழுதால், விழுந்து வணங்கினால் இது கிடைப்பதாக ஜெயம் நிச்சயம் என்ற வகையில் பாடியிருப்பது தேவி உபாசகர்கள் அனுபவம் கண்ட உண்மையாகும்.

37. கல்கண்டு பானகம், வெல்லப்பானகம், இதுதான் அம்ருத பானீயம் என்று சொல்லப்படுகிறது. தேவீ ஆசைப்பட்டு, பூஜை முடிந்தவுடன் இந்தப் பான கத்தைப் பருகுகிறாள். பருகியதைச் சுவாஸினிக்கும், பெண் பிள்ளைக்கும் கொடுங்கள். உங்கள் குடும்பப் பிரச்சனை என்ற தாகம் தீரும். கோப தாபம் இருக்காது. வாழ்க்கையில் எப்போதும் தித்திப்பு தான். இதுவே தித்திக்கும் பூஜை.

38. பெண்களையும், சுவாஸினிகளையும் உதாசீனப் படுத்தாதீர்கள். இவர்கள் சிருஷ்டி செய்வதால் இவர்களும் சக்தியின் ஓர் அம்சமே. பெற்ற தாயை மதியுங்கள் பிள்ளைகளே. இந்தத் தாயை வணங்கினால் ஜகன்மாதா மகிழ்கிறாள். உங்கள் வாழ்வு மிகுந்து வரும்.

39. எனது தந்தைக்கு 78 வயதில் மிகவும் உடல்நிலை சரியில்லாமல் இருந்தது. அப்போது என்னை அழைத்து என்னப்பா, எனக்கே எல்லா கைங்கர்ய மும் செய்து வருகிறாய். உனக்கு நான் என்னப்பா செய்யப் போகிறேன் என்று என்னைக் கட்டிப்பிடித்து வருடினார். இதோ பார் என்றார். மெய்சிலிர்த்தது. மேனி வியர்த்தது. வியந்தேன். கண்களை அகல விரித்தேன். அங்கே என் தந்தையின் உருவம் மறைந்தது. மாறாக அங்கே ராஜராஜேச்வரி திருக்கோலக் காட்சி. அதிசயமான வடிவுடையான் என்கிறபடி, அங்குச பாசமேந்தி இக்ஷு, பஞ்ச பாணத்தோடு அம்பிகை வீற்றிருந் தாள். இந்தக் காட்சி சிறிது நேரம் நீடித்தது. ஸ்ரீமாதா, ஸ்ரீமகாராக்ஞி, ஸ்ரீமத்ஸிம்மாஸனேச்வரி...

ஸ்ரீலலிதாம்பிகா ஓம் என்று உரக்க ஸஹஸ்ரநாமம் சொன்னேன். குருநாதர் வடிவில் அம்பிகை. எனக்காக என் தந்தை எடுத்த அவதாரம். மட்டற்ற மகிழ்ச்சி கொண்டேன். குருநாதர் ஸேவையில் அம்பிகை காட்சி. சாட்சிக்கும், அத்தாட்சிக்கும் இப்படியாகத்தான் தரிசனம் தருவாளா? இனி எனக்குப் பிறவி இல்லை. (எனக்கு ஜாதகத்தில் 12ல் மீனத்தில் கேது).

40. அம்பாளுடைய யானைப் படைத்தலைவி சம்பத்கரீ, யானைக்குப் பெயர் ரணகோலாகலம். அம்பாளுடைய குதிரைப் படைத் தலைவி அச்வாரூடா. குதிரைக்குப் பெயர் அபராஜிதம். கரும்பு வில்லிலிருந்து தோன்றியவள் ராஜமாதங்கீ. ராஜ்ய பாரத்தை இவள் தாங்குகிறாள். மந்த்ரிணீ என்று அழைக்கப்படுகிறாள். அம்பாளுக்கு மந்த்ராலோசனைச் சொல்பவள். இவளது தேரின் பெயர் கேயசக்கரம். கேயம் என்றால் சங்கீதம், பாட்டு என்று பொருள். இவளது தேர் அசைந்து வரும் போது சங்கீத ஒலி கேட்கிறதாம். அம்பாளுடைய பஞ்சபாணத்திலிருந்து தோன்றிய வள் வாராஹி. காட்டுப் பன்றிகளால் இழுக்கப்பட்டு இவளது தேர் வருவதால் கிரி சக்கரம் என அழைக்கலாயிற்று. வாரஹம் (பன்றி) முகத் துடையவள். இவள் அம்பாளின் சேனைப் படைத் தலைவி. ஸங்கேதமாகக் குறிப்பால் உணர்த்தி அம்பாளுக்கு ஆலோசனை சொல்பவள். அதனால் ஸங்கேதா என்று வழங்கலாயிற்று. அம்பாளின் வளர்ப்புக் குழந்தையான பாலாவின் ரதம் கர்ணீ ரதமாகும். பாலாவும் அம்பிகையும் அபின்னமானவர்கள். பாலாவின் வித்யை லகு வித்யை என்றும் அம்பாளுக்கு ஸ்ரீவித்யா என்றும் சாக்தம் போற்றுகிறது. குதிரை மற்றும் யானையின் பெயர்களைத் தினமும் நினைவுக்கூர்வது பரிபூர்ண கடாக்ஷத்தைத் தரும். நாம் செல்கின்ற இடத்தில் ஜெயத்தைப் பெற்றுத் தருவாள் ராஜமாதா.

41. உயிரற்ற உடல் பிணம், உடலற்ற உயிர் பேய், துர் மரணம் அடைந்தவர்களின் நிலை இப்படி பேயாய் இருக்கிறது. உடலும் உயிரும் ஒருங்கே சீராக அமைந்து நல்வாழ்க்கை

அமையப் பெறுவது கடினம். இதற்கு உயிருக்கு உயிராய் மாதாராணியை நேசியுங்கள். உள்ளத்தில் உயிராய் இருந்து உயர்வைத் தருவாள் உத்தமி.

42. ஹே! தேவி தாஸர்களே, தினமும் மகா ஹோடசீ, பாலை, பஞ்சதசீ, சண்டீ என்று நீங்கள் மகா மந்திரத்தை உச்சரியுங்கள். பட்ட பாட்டிற்கும், விட்ட கண்ணீருக்கும் விடை கிடைக்கும். இத்தனை நாள் நம்மைப் பார்த்து சுற்றமும் நட்பும் ஏளனம் பேசினார்களே, எதற்கும் லாயக்கற்றவன், உருப்படாதவன் என்று சொன்னார் களே. ஸ்ரீ சக்ர மேருவுக்குப் பூஜை செய்யுங்கள். நீங்கள் மேருவாய் உயர்வீர்கள். சுற்றமும் நட்பும் நம்மைச் சூழ்ந்து வந்து போற்றும் பாருங்கள்.

43. ஹே சாக்தர்களே! பாழாய் போன ஆசைகளையும், கர்ம வினைகளையும் சிதக்னி குண்டத்தில் போட்டு பொசுக்குங்கள். ஸ்ரீபுரமும், சிந்தாமணி க்ருஹமும் நமக்குச் சொந்தமாகும். தேவர்களும், மூவர்களும் இனி நம்மைப் பற்றித்தான் பேசுவார்கள்.

சிதக்னி குண்டத்தில் அக்னி குளியல் செய்யுங்கள். பரசிவாம்ருதம் நம் மீது பொழியும்வரை நெக்குருன பக்தி செய்யுங்கள். பின் சாம்பசிவ சரீரம் எடுப்பீர்கள். அப்போது விண்ணாட்டவர்கள் கண்ணாரக் கண்டார் களே அந்த அற்புத ஆனந்தக் காட்சித் தெரியும். சாந்த பரிபூர்ண ஸௌம்ய ரூபிணியாய் அந்தப் பேரழகு தெய்வம் காட்சி கொடுக்கும். பிறவித்துயரம் இனி இல்லை.

44. இந்தக் குருவுக்குப் பின் இந்த சிஷ்யன் வரவேண்டும் என்று பீடாதிகாரம் தருபவள் புவனேச்வரி தேவி. தகுந்த சிஷ்யனைக் குருவுக்குக் காட்டி, குரு பரம்பரையை நீட்டிக்கச் செய்கிறாள். அதனால் அவள் சம்ப்ரதா யேச்வரி! ஆனால் இந்த ஸம்ப்ர தாயம் வாழையடி வாழையெனத் தொடர்கிறது.

45. ஸ்ரீ ராஜராஜேச்வரிக்கு தாம்பூலம் மிகவும் பிடித்தமானது. ஏலக்காய், சுக்கு, சுண்ணாம்பு, கத்தக்காம்பு, ஜாதிக்காய்,

ஜாதிபத்திரி, பாக்கு, வால்மிளகு, கஸ்தூரி, கிராம்பு, பச்சைக் கற்பூரம், குங்குமப்பூ இவற்றைத் தகுந்த அளவில் எடுத்து இடித்து பொடித்து அதை வெற்றிலையில் வைத்து, மடித்து தயாரித்து தேவிக்குக் கொடுக்க வேண்டும். இதை தேவி சுவைக்க ஆரம்பித்த உடன் அதிலிருந்து நறுமணம் வெளிவருகிறது. இந்த நறுமணத்தைத் தங்கள் பக்கத்தில் இழுத்துக் கொள்ள எட்டு திக்குகளும் போட்டி போடுகின்றன. அதுபோன்று இந்தத் தாம்பூல நறுமணமே நமது வாழ்வில் மங்களத்தையும், செல்வச் செழிப்பையும் உண்டு பண்ணிவிடும். அம்பாளுக்கு வைத்த, தாம்பூலத்தைப் பெற்றுக் கொள்ள நாம் புண்ணியம் செய்திருக்க வேண்டும். அதுவும் குருநாதருக்குக் கொடுக்க வேண்டும் என்ற எண்ணம் தோன்றி நமக்குக் கிடைத்தால் அது தேவி அளித்த திவ்ய ப்ரஸாதமே ஆகும்.

46. நமக்கு நல்ல நண்பன் மித்ரன் ஆகிறான். இதற்குப் பொருள் கெட்ட வழியில் செல்லாமல் தக்க நேரத்தில் காப்பாற்றுபவன் (தோழன்) மித்ரன். ராஜராஜேச்வரி தேவி, பக்தர்களுக்கு மித்ரன் போன்று உதவி, துர்நடத்தையிலிருந்து விலக்கிக் காப்பாற்றுகிறாள். அதனால் தேவி நமக்கு நல்ல தோழன், தோழி, யாவையுமாக இருக்கிறாள். நமக்கு உற்றத் தோழனோ, தோழியோ இல்லையே என்ற கவலை வேண்டாம். உண்மையில் உண்மையான நண்பனாக அம்பாள் இருக்கிறாள்.

47. முழுமையான பக்தியுடையவர்கள் பக்திமான்கள். அந்நிலையை இதுவரை அடையாதவர்களும், பக்திமான் போன்று தோன்றுபவர்களும் பக்திமத் கல்பர்கள் ஆவார்கள். லதா கொடி தானே படரக்கூடியது. அணைக்க விரும்புமிடத்தை நோக்கித் தானே படர்ந்து அதனை அணைத்து மகிழக் கூடியது. பக்திமான்களைக் கொடி போலாக்கி தன்மேல் படரவிடுபவள். சிறிதளவு அம்பிகை மேல் பக்தி எனும் அன்பு துளிர்விட்டதும் அதனை வளர்த்து மாபெரும் கொடியாக்கி எங்கும் படரவிட்டு, அடையத்தக்க தன்னை அடையும்படி செய்து மகிழ்கிறாள்.

48. நம் வீட்டு கஜானா, பணப்பெட்டி, நகைப்பெட்டி போன்ற பொக்கிஷத்தின் தலைவி அம்பிகை தான். அது வேறு வழியில் விரயமாகாமலும், தேவைப்படும் போது உபயோகப்படுத்துவதற்கும் அது பூரணமாய் ரொம்புவதற்கும் அம்பிகை அருள் தேவைப்படுகிறது. கஜானா நிரம்பி வழிய அம்பிகை எப்போதும் தன் கடாக்ஷவீக்ஷண்யத்தை நிஜ பக்தர்களுக்கு ஐஸ்வர்ய பார்வையை அருளு கிறாள். அம்பிகையை முப்பொழுதும் எண்ணிக் கொண்டிருப்பவர்களுக்கு பொக்கிஷம் பொங்கும்.

49. அசாந்தஸ்ய குதம் சுகம் மனஸ்சாந்தியில்லை யெனில் ஏது சுகம்? மனஸ்சாந்தி இல்லாமல் தான் ஒவ்வொருவரும் மனநோய்க்கு ஆளாகின்றனர். ஆயிரம் வசதிகள் இருந்தும், போதுமான வசதிகள் இருந்தும்கூட தனது எல்லையிலிருந்து வேறு மனமாற்றத்தில் வேறு நிலைக்குச் செல்லும்போது மனஸ்சாந்தியை இழக்க நேரிடுகிறது. இப்போது இதிலிருந்து மீட்சி தேவை. கூட இருப்பவர்களால் இதைத் தர இயலாத வண்ணம் உள்ளார்கள். மனநோய்க்கு மாமருந்து குருவும், அம்பாளும் தான். யாராவது மனம் நோகடித்துவிட்டால் அதன் பின்னே தான் மனது செல்லும். இதிலிருந்து திசை திருப்பி தேவி நம்மை அந்த மனப்புண்ணை ஆற்றி சந்தோஷத்தையும் நிம்மதியையும் தருகிறாள். இது இவளது பக்தனுக்கு செய்யும் வினோத லீலை.

50. ஹே! குருநாதர்களின் அன்பு சிஷ்யர்களே குருநாதர் உயிருடன் இருக்கும் போதே முழு அன்பையும் விசுவாசத்தையும் அர்ப்பணித்து விடுங்கள். பூரணத்துவம் பெறுங்கள். பிறகு ஐய்யய்யோ தவறவிட்டு விட்டோமே என்று ஏங்காதீர்கள். குரு எதிரில் இருக்கும் போது குருபாதுகைக்குப் பூஜை செய்து என்ன பயன்? நன்றாகப் பேசுங்கள். விஷயத்தை ஏற்றுக் கொள்ளுங்கள். அவரது பிரேமைக்கு ஆளாகுங்கள். உங்களது கருப்பையும், வெறுப்பையும் குருநாதரி டம் காட்டாதீர்கள். ஸத்குரு ஸ்ரீவித்யா உபாசனையில் ஸ்ரீகுரு என்று அழைக்கப் படுகிறார். ஸ்ரீ என்ற அடைமொழி தேவியை ஆராதிப்பதால் குருநாதர்களுக்குக் கிடைத்துள்ளது.

நேரத்தையும், வாழ்க்கையையும் வீணடித்து விடாதீர்கள். நான் குருவான எனது தந்தைக்கு எந்த நிலையிலும் பிரியமாக பிரியாமல் இருந்தேன். எனது 45 வயது வரை (அதாவது ஏழு வயது முதல்) அவரால் கோடி முறை ராமஷ்ணா (ராமகிருஷ்ணா) என அழைக்கப்பட்டேன். இனி இப்படி என்னை யார் அன்போடு கூப்பிட முடியும். குருநாதர் சாப்பிட்டு கை அலம்பி உதறிய தீர்த்தம் என்மீது அநேகம் முறைபட்டுள்ளது. அவரது உச்சிஷ்டம் (எச்சில்) என்னை உச்ரேஷ்டமாக மாற்றியுள்ளது. குருநாதர் கிருபை எனக்கு நிறைய கிடைத்துள்ளது. எல்லாம் தேவியின் அருளாடல். நீங்கள் இந்த விஷயத்தைப் படிப்பதற்கு பாக்கியம் செய்துள்ளீர்கள்.

51. ஆனந்தவாரி, சுகவாரி, ஸ்ரீவாரியான ராஜ ராஜேச்வரி, அம்பிகை எங்கே இருக்கிறாள். அவள் இருக்கும் இடம் ஏது?

அண்ட முடிதன்னிலா - அங்கேயும் இல்லை.
பகிரண்ட அதனிலா - அங்கேயும் இல்லை.

அக்னி மண்டலத்திலோ, சூர்ய மண்டலத்திலோ, சந்திரமண்டலத்திலோ, பிறவி நிலை தன்னிலா, கண்ட பல பொருளிலா, காணாத சூனியம் அதனிலா, அங்கேயும் இல்லை. பின் எங்கே இருக்கிறாள். குருநாதர் பூஜை செய்யும் போது அவருக்கு உறுதுணையாக இருந்து அவருக்கு உணவு சமைத்துப் போட்டு, அவருக்குப் பாத ஸேவை செய்து, ஜபதபாதிகளுக்கு உதவி, ஆஸனம் அளித்து, பகலிரவு பாராமல் குருநாதர் தாள் ஒன்றே கதி என்று, கருவி கரணங்கள் ஓய்ந்த உத்தம சிஷ்யர்களிடத்தில், உயிருக்கு உயிராய் உளம் நின்று பக்தியைக் கொள்ளை கொண்டு பராம்பிகை, நான் நித்தமும் மூச்சுக்காற்றாய் சுவாசிக்கும் அன்புத் தெய்வம் புவனேஸ்வரி தேவி சிஷ்யர்களிடத்தில் இருக்கிறாள் என்பதே எனது அனுபவம் சொல்கிறது.

52. மனு இந்த்ர, சந்த்ர, குபேர என்று சொல்லியபடி தேவேந்திரன் அம்பிகையைப் பூஜித்து பூஜித்து ஆராதனை செய்து இந்திரலோகத்தில் போக

போக்கியத்தோடு வாழ்கிறான். அவனிடமுள்ள குபேரனோ சிவபெருமானின் பரிபூரண செல்வாக்கைப் பெற்றவன். குபேரன் அம்பிகை ஆராதனையில் சமர்த்தன். நவநிதிகளையும் இவன் தனது பொக்கிஷப் பெட்டகத்தில் வைத் துள்ளான். அதனால் அம்பிகையைத் தொய்வில்லாமல் போற்றுங்கள். மனமார பூஜியுங்கள். உளமார ஜபியுங்கள். இந்திரனின் போக போக்கியங்களும், குபேர சம்பத்தும் உங்கள் வீடு தேடி வரும். தன, தான்ய, ராஜ்ய, லக்ஷ்மி கடாக்ஷத்தால் அகண்ட ஐஸ்வர்யத்தால் நீங்கள் நிரம்பப்படுவீர்கள்.

53. ஸாயந்தன ஹுதயே? சாயங்கால சமயத்தில் ஓதக் கூடியவளாய் துர்கா தேவி மகிழ்கிறாள். பகலும் இரவும் சந்திக்கும் நேரத்தில் அவள் மிகுந்த ஆனந்தம் கொண்டு துர்கா ஸஹஸ்ரநாமமோ, துர்கே துர்கே ரக்ஷிணி ஸ்வாஹா. ஜபமோ விரும்புவளாக இருக்கிறாள். ரம்மியமான மாலை வேளையில் துதிக்கும், பக்தனது மனதில் உலாவி வருவதில் நெகிழ்ச்சியடைகிறாள். மாலை இரவின் தொடக்கமாகும். இந்த நாளில் பக்தனின் மனதுக்கு இனிய செய்திகள் வரும்படிச் செய்வதில் இவளுக்குப் பிரியம் அதிகம். அதனால் சாயங்காலம் துர்கையை அதிக நேரம் வழிபடுங்கள்.

54. வசின்யாதி வாக்தேவதைகளை எப்போதும் நினைவு கூறுங்கள். வசினீ, காமேசி, மோதினி, விமலா, அருணா, ஜயினீ, ஸர்வேச்வரி, கௌளினீ இந்த எட்டு பேரும் வாக்விபூதிகள் ஆவார்கள். லலிதையினுடைய 1008 நாமாவளியையும் இந்த பிரபஞ்சத்திற்குத் தந்த லலிதாதேவியினுடைய திருமுக மண்டலத்திலிருந்து உதித்தவர்கள். இவர்களே ரிஷிகளும் ஆகிறார்கள். வேறு எவராலும் சொல்லப்படாத பொக்கிஷத்தைத் தந்த சக்தி தேவிகள் இவர்கள். இவர்களை நினைத் தாலே கவி ஊற்றெடுக்கும். பேச்சாற்றல், நினைவாற்றல், புத்திசாலித் தனம், வாக்கு பலிக்கும் தன்மை வந்துவிடும். வசின்யாதி வாக்தேவதைகள் நம் வாக்கில் அமர்ந்து அருளாட்சி புரிய லலிதையைப் புகழ்ந்து போற்றுவோம்.

55. கரும்பைக் கடித்து துப்பாதே; கரும்பு வில் லலிதா தேவியின் இடது முன் கையில் இருக்கக்கூடிய இக்ஷு தண்டம். ராஜமாதங்கியின் துவேஷத்திற்கு ஆளாவோம். இனிப்பும் சுவையும் நிறைந்த கரும்பையே வில்லாக வைத்திருக்கிறாள் தேவி. இதில் ஒரு மணமும் உண்டு. உடம்பில் இனிப்பு குறைந்தாலோ, ஏறினாலோ ஆட்டம் போடும். சில நேரத்தில் ஆட்டம் போடாது. இதை சீராக வைக்க வேண்டுமென்றால் ராஜமாதங்கியை (கரும்பு வில்லை) கையில் வைத்திருக்கும் லலிதையை ஆராதிக்க வேண்டும். சுகர் (ரிஷி) போற்றிய, வணங்கிய தேவியை துதி. நமக்கு சுகர் சீராகும். சரியாகும்.

56. ஏன் பிறந்தோம்? நமக்கு மாத்திரம் ஏன் இந்த மாதிரி கதி ஏற்பட்டது. நம்மைப் பார்த்து குறி வைத்து பாடாய்படுத்துகிறதே துயரம். துரத்து கிறதே துன்பம். வாட்டி எடுக்கிறதே இன்னல்? நமக்கு விடியல் வராதா? துக்கம் மறையாதா? பிரச்சனை தீராதா? இது போன்று வசதியிருப்பவர்களுக்கும் இந்த அவஸ்தை இருக்கிறது. ஆனால் நிலைமை வெவ்வேறாக உள்ளது. இப்போது புத்தி சரியாக வேலை செய்வதில்லை. நல்ல மார்க்கத்திற்குச் செல்லவும் முயற்சி எடுக்க முடியவில்லை. இந்த நேரத்தில் தெய்வீகம் காட்டும் வழி துர்கை வழிபாடுதான். துக்க ஸாகரம் மூழ்கிய நிலையில் துர்காதேவியின் வழிபாட்டால் அதிலிருந்து கரை சேரலாம். கரை சேர்ப்பாள் துர்கை.

57. பேராசை, வேண்டாத ஆசை இதுவெல்லாம் நம்மை க்ஷேமப்பாதைக்கு எடுத்துச் செல்லாது. ஆசை என்ற பாறை தாக்கியே நமது வாழ்க்கைக் கப்பல் நீரில் கவிழ்ந்தது. கவனமாயிருங்கள், எதிலும் ஒரு எல்லை தேவை. இந்த அளவிலிருந்து எல்லை மீறும்போது மீட்சி நம் வசம் இல்லை. ஆனால் இதற்கு ஒரு பதில் நமக்குத் தெரிய வேண்டும். இதற்குப் பதிலை எவராலும் தர முடியாது. இது கடனாகவும், நோயாகவும், எதிரியாகவும், நமக்கு நாமே சத்ருவாகவும் இருக்கலாம். இந்த ருண ரோக சத்ருக்களை அழித்து, நம்மை ஆற்றுப்படுத்தி வாழ்வில் வளம் சேர்ப்பதால் நம் வாழ்க்கைத் தலைவி ஆனாள் துர்கை.

58. முப்பது வருடங்களுக்கு முன் கவிதாயினி ஸௌந்தரா கைலாசம் அவர்கள் அழைத்ததின் பேரில் அவர்கள் இல்லத்திற்குச் சென்றிருந்தேன். அவர்கள் அன்பு கொண்டு உபசரித்து என்னிடம் ஸ்ரீவித்யா பத்ததி பற்றிக் கேட்டறிந்தார்கள். இதில் நிறைய அவருக்கு ஆர்வமுண்டு. அவர்கள் ஒரு டஜன் வாழைக்கனிகளை எனக்களித்தார்கள். நான் அதை வெளியே ஏக்கத்தோடு நின்றிருந்த பிச்சைக்காரனிடம் கொடுத்தேன். அவன் அருகில் நின்று கொண்டிருந்த பசுமாட்டிற்கு நான் கொடுத்த வாழைப்பழத்திலிருந்து நான்கை எடுத்து கொடுத்தான். இதை ஸௌந்தரா கைலாசம் பார்த்து என்னிடம் என்ன இது? என்று கேட்டார். நான் சொன்னேன், ஈகையை, ஈதலை இப்படித் தான் என்று பராம்பிகை நமக்குக் காட்டிக் கொடுக்கிறாள். அவள் பாடம் கற்பிக்க ஆரம்பித்து விட்டாள், இப்படியெல்லாம் நடத்துவாள் என்றேன். எனக்கும் தானே என்று ஸௌந்தரா கைலாசம் அவர்கள் கேட்ட போது இன்னும் நெகிழ்ந்தேன்.

59. அம்பாள் பக்தனது உள்ளத்தில் வந்து விட்டால் பக்தன் குழந்தையாகி விடுவான். அவனிடத்தில் சிரிப்பு இருக்கும். சீரியஸ் வராது. குழந்தைப் போல் விளையாடு வான். கேலி செய்வான். நகைப்பான். பெரிய விஷயங்களைக் குறிப்பால் உணர்த்திச் சொல்வான். குழந்தை மாதிரி இருக்க என்ன தவம் செய்திருக்க வேண்டும். அவள் பாலாம்பிகை. அந்தக் குழந்தைத்தனம் வந்து விடும். இன்றும் நான் குழந்தையாகவே இருக்கக் கூடாதா? என்று ஏங்கும் சிலரை நாம் காண்கிறோம். பாலாவை உபாஸித்தால் இந்த தெய்வக் குழந்தைத்தனம் வந்துவிடும். அப்படி நயந்து வந்து செய்பவள் தான் அம்பிகை. நாம் நினைத்தால் கிட்டாது. குழந்தை போலிருந்து குறை தீர்ப்பாள். நயந்து வந்ததால் வியந்து போற்றும்படிச் செய்து விடுவாள்.

60. நான் ஒரு வீட்டிற்குச் சென்றிருந்தேன். அங்கே ஒரு பக்தன் மஹிசாசுரனையும், சூரபத்மனையும், பண்டாசுரனையும், மற்றுமுள்ள அசுரர்களை வணங்கி கொண்டிருந்தான். நான் வியப்புற்றேன். அவனைப்

பார்த்தேன். திரும்பிப் பார்த்த அவன் எனக்கு சொன்ன பதில்:? இந்த அசுரர்களை நான் சிரமப்பட்டு தினமும் அழைத்து கும்பிடுகிறேன். ஏனெனில் இவர்கள் வந்துவிட்டால் மகமாயி வந்து விடுவாள். சீக்கிரம் வருவாள் என்று அவன் சொன்னதில் எனக்கு ஞானப் பொறி தட்டியது. ராக்ஷஸாராத்யாயை நம: என்ற பாலா ஸஹஸ்ரநாமாவளி புத்தியைத் தீட்டியது. அவன் பாமரன் என்று எனக்குப் புலப்படவில்லை. என்னிடம் தேவி நடத்திய நாடகமிது! அந்தப் பாமரன் இன்று குபேரன். அப்படி ஆக்கிவிட்டாள் தேவி.

61. நாம பாராயணம்: மந்த்ர பாராயணம், கடிகா பாராயணம் இதுவெல்லாம் மந்த்ர சாஸ்திரம். அம்பிகைக்கு நிரம்ப சந்தோஷம் தரும் மந்த்ர பாணங்கள். மகரிஷிகள், முனிவர்கள் யோகினிக் கூட்டங்கள் இந்த பாராயணங்களைச் செய்து அளவற்ற சக்திகளை பெற்றார்கள். என்னுடைய 18 வயதில் நாமா பாராயணத்தை லட்ச ஸ்லோகங்கள் அடங்கிய இதை எழுதச் சொன்னார்கள். (என் பேச்சையும், எழுத்தையும் ஊக்குவித்தவர் பலப்படுத்தி மேன்மை செய்தவர் என் தந்தையார்) அதைத் தங்குத் தடையின்றி அடித்தல், திருத்தலின்றி முழுவதுமாக எழுதி முடித்தேன். அன்றிலிருந்து இன்று வரை தெய்வீக சக்திகள் வந்து கொண்டேயிருக்கின்றன. அம்பாளுடைய புன்சிரிப்பு காதில் ஒலித்துக் கொண்டே உள்ளது. அம்பாளுடைய திருவுருவக் காட்சித் தெரிந்து கொண்டேயிருக்கிறது. என்னே! குருநாதர் தயவு!!

62. வழிதெரியாமல் திண்டாடுகிறோம். என்னை மாத்திரம் இப்படி பிறக்க வைத்து விட்டாயே என்று புலம்புகிறோம். இப்படி புலம்பிக் கொண்டேயிருந்தால் கூட இருப்பவர்கள் நம்மை ஒதுக்கி விடுகிறார்கள். நம் புலம்பலே நமக்கு நிறைய துன்பத்தைத் தரும். கஷ்டமும் துயரமும் நம்மை வாட்டும் போது யாராவது நம்மீது கருணை காட்ட மாட்டார்களா என்று மனது ஏங்கும். அப்போது ஒரு துணை வேண்டும். அந்தத் துணை உற்ற துணையாக இருக்கும். கஷ்டத்திலும் விடாது நாம் துர்கையை ஜபித்ததிற்குக் கிடைத்த துணை தான்

தெய்வத் தூதுவர்கள். இந்தத் தூதுவர்கள் குருமார்களே. இந்தத் துணை தரும் தூதுவர்களை அனுப்பியது துர்கை. துர்கையின் பரம கருணையில் வந்த தெய்வத் தூதுவர்களை பதம் பிடித்து கரம் குவிப்போம்.

63. ராஜராஜேச்வரி தேவி எப்போதும் தாம்பூலம் போட்டுக் கொண்டிருப்பாள். அதைச் சுவைத்துச் சக்கையை துப்பும்போது அதனை ஏந்த தேவேந்திரன் தங்க பாத்திரம் ஏந்தி, அம்பிகையின் வாயிலிருந்து விழுவதைப் பிடிப்பதற்கு நிற்கிறான். தேவியைப் பூஜித்தால் வாக்கு வல்லமை, வாக்குப் பலிதம் அருளுவாள். அது எப்படி என்றால் பக்திமிக்க தேவி தாஸர்களின் வாயில் தாம்பூலச் சாற்றை தேவி உமிழ்கிறாள். அதனால் ஏற்பட்டதே இந்த வாக்விபூதி வல்லமை.

64. என் தகப்பனார் தேவியைப் பூஜித்து, தாம்பூலத்தை தங்க கிண்ணத்தில் தருவார். 10 நிமிடம் கழித்து சுவைத்த தாம்பூலத்தை தேவி உமிழ்வதற்காக மறுபடி வெற்று கிண்ணத்தைக் காண்பிப்பார். ஒருநாள் நிஜமாக இந்த அருளாடலை தேவி நடத்தி தாம்பூலத்தை உமிழ்ந்து விட்டாள். அதை என் பிரேமையான என் தந்தையும் கண்ணீர் மல்க இப்பிரசாதத்தை உண்டு, எனக்கும் மிஞ்சியதைக் கொடுத்தார். அம்பிகை அளித்த இந்த தாம்பூல பிரசாதம் தான் இன்றைக்கு இந்த குருகடாக்ஷம், க்ஷேமப்பாதையில் எழுதியிருக் கிறேன். இதையே என் அபிமானிகள் ஏற்றுக் கொண்டு எழுத்துக்களைச் சுவையுங்கள்.

“சிந்தாமணி கிருஹராஜம்” இருக்கிறது. அதில் பரதேவதையின் பூஜையின் நிமித்தமாக “சங்கபாத்திரம், ஸ்ரீபாத்திரம், பலிபாத்திரம், பாத்ய அர்க்கிய பாத்திரம், ஆசமன பாத்திரம், தீர்த்த பாத்திரம்” என்ற ஐந்து பாத்திரங்கள் இருக்கிறது.

அந்தப் பாத்திரங்கள் அக்னி மண்டல ஆதார மாகவும் சூரிய மண்டல பாத்திரமாகவும், ஸோம (சந்திர) மண்டல

மயமான அமிர்தத்தை உடையதாகவும், ஈஸ்வர தத்துவம் ஆன பிரஹ்ம, விஷ்ணு, ருத்திர, ஈஸ்வர ஸதாசிவம் என்ற கலைகளோடு கந்தபுஷ்ப அக்ஷதை களால் அலங்கரிக்கப்பட்டு, வேத, ஸுக்த மந்திரங்களால் தூய்மை ஆக்கப்பட்டு, தேஜோமயமாக விளங்குகிறது. அந்தப் பாத்திரங்களின் கீழ் பிரஹ்ம, விஷ்ணு, ருத்திரன், ஈஸ்வரன், ஸதாசிவம் ஆகியவர்களின் அரண்மனைகள் இருக்கிறது.

சிந்தாமணி கிருஹராஜத்தின் அக்னிமூலை (தென்கிழக்கு)யில் மிகுந்த ஒளியோடு கொழுந்துவிட்டு எரிந்து கொண்டு இருக்கும், பரதேவதையின் தோற்ற இடமான "சிதக்னி குண்டம்" இருக்கிறது.

அதனை அடுத்து நிருதி மூலையில் (தென்மேற்கு) சர்வேஸ்வரியின் திவ்விய ரதமும், வாயு மூலையில் (வடமேற்கு) ராஜசியாமளா தேவியின் ரதமும், ஈசான மூலையில் (வடகிழக்கு) ஸேநாநாயகியான மஹா வாராஹியின் ரதமும் விளங்குகிறது.

சிந்தாமணி கிருஹத்தின் கிழக்கு துவார வாயிலின் வலது பக்கத்தில் மந்திரிணியாகிய சியாமளா தேவியின் கிரஹமும், அந்த வாயிலின் இடது பக்கத்தில் ஸேநாநாயகி மஹா வாராஹியின் கிரஹமும் இருக்கிறது.

சிந்தாமணி கிருஹத்தின் கிழக்கு, தெற்கு, மேற்கு, வடக்கு திசையில் உள்ள நான்கு வாயில்களையும் "சதுராம்நாய தேவதைகள்" சதுரங்க சேனைகளுடன் காவல் புரிகிறார்கள். (தேர், யானை, குதிரை, காலாற் படைகள் சதுரங்க சேனை எனப்படும்).

இந்தச் சிந்தாமணி கிருஹராஜத்தின் மத்தியில் பிரஹ்மா, விஷ்ணு, ருத்திரன், மகேஸ்வரன் நான்கு கால்களாகவும், ஸதாசிவம் பலகையாகவும் விளங்கும் பஞ்சப்ரஹ்ம மஹா சிம்மாஸனத்தில் கருப்பு பட்டுத் துணி திரை (திரஸ்கரணி)யால் மறைக்கப்பட்டு "ஸர்வா நந்தமய" பிந்துபீடம் இருக்கிறது. அந்தப் பீடத்தின் கீழ் எட்டு சக்கரங்களுடன் கூடிய பிந்து பீடமே

ஸ்ரீசக்ரம் என்று அழைக்கப்படுகிறது. இந்த நகரமே ஸ்ரீ ராஜ ராஜேஸ்வரியின் இருப்பிடம் ஆகிறது. இதுவே ஸ்ரீபுரம் என்று கூறப்படும் "ஸ்ரீநகரம்" என்று போற்றி வணங்கப்படுகிறது.

இருபத்தி ஐந்து கோட்டைகள், உத்தியவனங்கள் ஆகியவைகளையும் அதன் முக்கியத்துவத்தையும் தெரிந்துக் கொண்டு ஸ்ரீ சக்ரத்திடம் வந்து இருக்கும் நாம், ஸ்ரீசக்ரத்தின் ஒன்பது ஆவரணம், அதன் சக்திகளை ஆராதித்து சர்வேஸ்வரியிடம் ப்ரார்த்திக்க மேலே செல்வோம்.

❋❋❋

7

ஸ்ரீ சக்ரம் விளக்கம்

சூரிய ஒளியை ஒரு பூதக் கண்ணாடியின் மூலமாக ஒரு பேப்பரின் மீது ஒரு புள்ளியாக வரும்படிச் செய்து சிறிது நேரம் வைத்தால், அந்த பேப்பர் பற்றி எரியும் தன்மையைப் பார்க்கிறோம். அதுபோல எங்கும் வியாபித்து இருக்கும் சக்தியை பீஜா அக்ஷரம் என்ற பூதக் கண்ணாடி கொண்டு ஸ்ரீசக்ரம் என்ற பேப்பரின் மேல் வைக்க, புள்ளியாக விழும் பிந்து என்ற இடத்தில் மனதை வைக்க, ஜோதியான ஜீவ ப்ரஹ்ம ஐக்கியம் ஏற்படுகிறது.

எப்படி டி.வி.யில் சேனலை மாற்றும் போது அந்தச் சேனலில் நடக்கும் நிகழ்ச்சியைப் பார்க்க முடிகிறதோ அதுபோலவே அந்த அந்த தெய்வத்திற்கான சக்ரத்தில் அதற்கு உண்டான பீஜா அக்ஷரத்தைச் சேர்க்கும் போது அந்தத் தெய்வத்தின் சக்தியை உணர முடிகிறது.

பிண்ட அண்ட ஆகாச கோளங்கள் ஸ்ரீ சக்ரம். ஆகாச கோளம், பூகோளம், சரீரம் ஆகியவைகளுக்கு மனதே காரணமாக இருப்பதால் அந்த மனமே ஸ்ரீ சக்ரம் என்றாகிறது. அந்த மனதின் செய்கைகள் ஆவரண தேவதைகளாகும். அந்தத் தேவதைகளுக்குச் சக்தியை அளிக்கும் பராசக்தியே பரதேவதை ஆகிறாள்.

ஸ்ரீ சக்ரம் என்பது சிவசக்தி ஐக்கிய ஸ்வரூபம், ஜீவ பிரஹ்ம ஐக்கிய ஸ்வரூபம். சிவசக்ரங்கள் நான்கும் சக்தி சக்ரங்கள் ஐந்தும் சேர்ந்து ஒன்பது சக்ரங்கள் ஒன்பது கோணம் ஆகிறது. "ஒளி நின்ற கோணங்கள் ஒன்பதும்" என்று அபிராமி பட்டர் கூறுவதும் இந்த ஸ்ரீசக்ரமே.

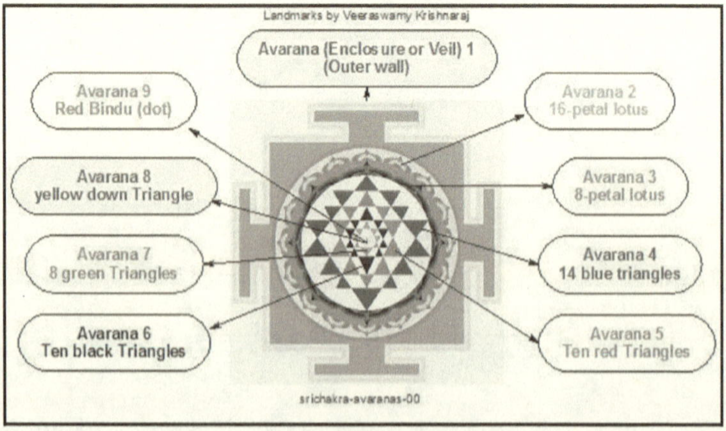

1. பூபுரம் 2. ஷோடசதள (பதினாறு இதழ்) பத்மம், 3. அஷ்டதள (எட்டு இதழ்) பத்மம், 4. சதுர்தசாரம் (பதினான்கு கோணம்), 5. பஹிர்தசாரம் (உள் பத்து கோணம்), 6. அந்தர்தசாரம் (வெளிபத்து கோணம்), 7. அஷ்ட கோணம் (எட்டு கோணம்), 8. திரிகோணம் (மூன்று கோணம்), 9. பிந்து என்று ஒன்பதாகப் பிரிக்கப்பட்டு ஒன்பது ஆவரணமாக ஆராதிக்கப் படுகிறது. (ஆவரணம் என்பதை ஸ்ரீநகரத்தில் விளக்கப்பட்டுள்ளது).

இந்த ஒன்பதையும் பூபுரம் முதல் பிந்து வரையில் உள்ளதை ஒன்றன் மீது ஒன்றாக அடுக்கி வந்தால் அந்த ஸ்ரீசக்ரம் "மஹா மேரு" என்றாகிறது. மஹாமேருவும், ஸ்ரீசக்ரமும் ஒன்றே. எப்படி ஒரு பேப்பரை நன்றாகச் சுருட்டி நடுசுருளை மேல் நோக்கி இழுத்தால் எப்படி பேப்பர் சுருள் நீண்டு வருகிறதோ அதுபோலவே இதுவும் ஆகும்.

1. பிந்து 2. அஷ்டதள (எட்டு இதழ்) கமலம் 3. ஷோடசதள (பதினாறு இதழ்) கமலம் 4. பூபுரம் ஆகிய நான்கும் சிவ சக்ரங்கள்.

1. மத்திய முக்கோணம் 2. அஷ்ட (எட்டு) கோணம் 3. உள்பத்து கோணம் 4. வெளிபத்து கோணம் 5. பதினான்கு கோணம் ஆகியவைகள் ஐந்தும் சக்தி சக்ரங்கள்.

சக்தி சக்ரமான மத்திய முக்கோணத்தை சிவசக்ரமான பிந்துவுடனும்,

சக்தி சக்ரமான அஷ்ட கோணத்தை சிவசக்ர அஷ்டதள (எட்டு இதழ்) கமலத்துடனும்,

சக்தி சக்ரமான பதினான்கு கோணத்தை சிவ சக்ரமான பூபுரத்துடனும், ஐக்கியப்படுத்தி உண்டாகும் சக்ரமே ஸ்ரீ சக்ரம். ஆகவே சிவ சக்தி ஐக்கியத்தையும், ஜீவ பிரஹ்ம ஐக்கியத்தையும் உணர்த்துவதே ஸ்ரீசக்ரம்.

1. முதல் ஆவரணம் பூபுரம்

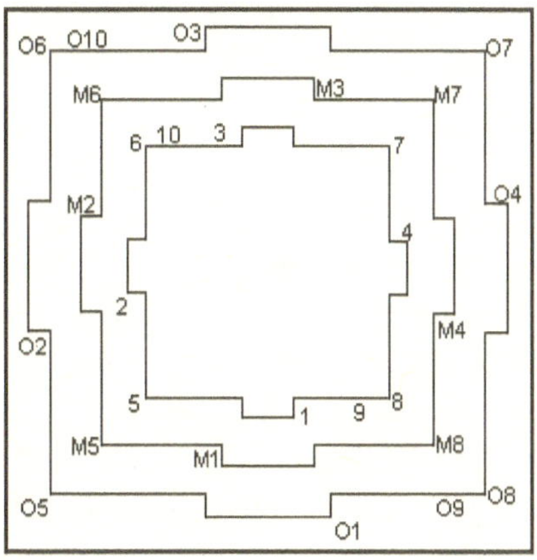

ஸ்ரீ சக்ரத்தின் ஆரம்ப மான சதுரமான நான்கு வாயில்களையும் மூன்று ரேகைகளையும் உடையது சதுரஸ்ரம் என்ற பூபுரம் ஆகும். இதில் உள்ள மூன்று ரேகைகளும் 'த்ரைலோக்ய மோஹன' சக்கரம் என்று பெயர்.

முதல் ரேகையில் 1. அனிமா 2. மஹிமா

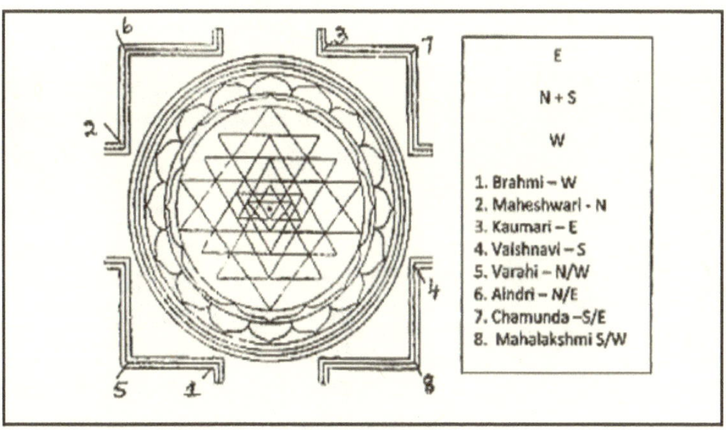

3. லகிமா 4. ஈசித்வ 5. வசித்வ 6. ப்ராகாம்ய 7. புத்தி 8. இச்சா 9. பிராப்தி 10. ஸர்வகாமம் என்ற பத்து தேவதைகள் இருக்கிறார்கள்.

இரண்டாவது ரேகையில் 1. ப்ராஹ்மீ 2. மாஹேஸ்வரி 3. கௌமாரீ 4. வைஷ்ணவீ 5. வாராஹீ 6. மஹேந்த்ரீ 7. சாமுண்டா 8. மஹாலக்ஷ்மி என்ற அஷ்ட (எட்டு) மாத்ருகள் இருக்கிறார்கள்.

மூன்றாவது ரேகையில் 1. ஸர்வஸம்க்ஷோபினீ 2. ஸர்வவித்ராவினீ 3. ஸர்வகாகர்ஷினீ 4. ஸர்வ வஸங்கரீ 5. ஸர்வோன்மாதிநீ 6. ஸர்வமாஹாங்குஸா 7. ஸர்வ கேசரீ 8. ஸர்வபீஜா 9. ஸர்வயோநி 10. ஸர்வ த்ரிகண்டா என்ற தச (பத்து) முத்ரா சக்திகள் வாசம் செய்கிறார்கள். இவர்களுக்கு "பிரகட யோகினிகள்" என்று பெயர்.

இந்தத் த்ரைலோக்யமோஹன சக்ரத்திற்கு "த்ரிபுரா" சக்ரேஸ்வரியாகவும் ப்ரகடயோகினியும், பூமி ஸ்வரூபமும் 'லம்' காரம் ப்ருகிருதியாகவும் ரதிபாவம் ச்ருங்கார ரஸத்துடன் வெள்ளை, சிகப்பு, மஞ்சள் நிறங்களுடன் முதல் ஆவரண தேவதைகள் விளங்கு கிறார்கள். ஆகவே முதல் ரேகையில் வெள்ளை புஷ்பத்தாலும், இரண்டாவது ரேகையில் சிகப்பு புஷ்பத்தாலும் மூன்றாவது ரேகையில் மஞ்சள் நிற புஷ்பத்தாலும் பூஜிக்க வேண்டும்.

2. இரண்டாவது ஆவரணம் ஷோடசதள பத்மம்

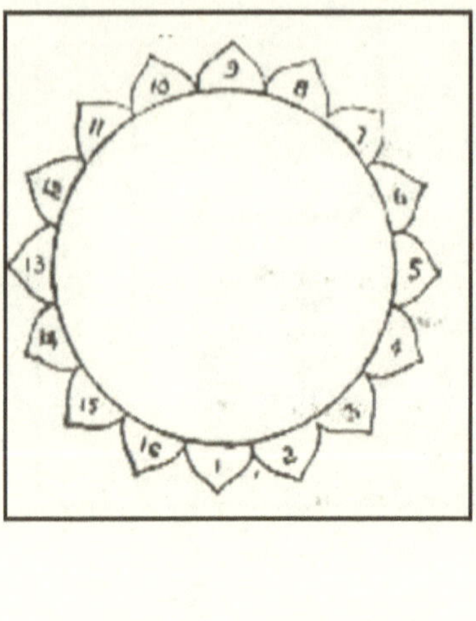

இது பூபுரத்திற்கு அடுத்த படியாக உள்ள பதினாறு இதழ் கமலம் என்ற சிவ சக்ரம் ஆகும். இதற்கு "ஸர்வாசா பரிபூரக சக்ரம்" என்று பெயர்.

ப்ராணன், அபானன், உதானன், ஸாமனன், வ்யானன் என்ற ப்ராணன்கள் ஐந்தும், வாய், கை, கால், பாயு (மலத் துவாரம்), உபஸ்தம் (உற்பத்தி ஸ்தானம்) என்ற கர்மேந்திரயங்

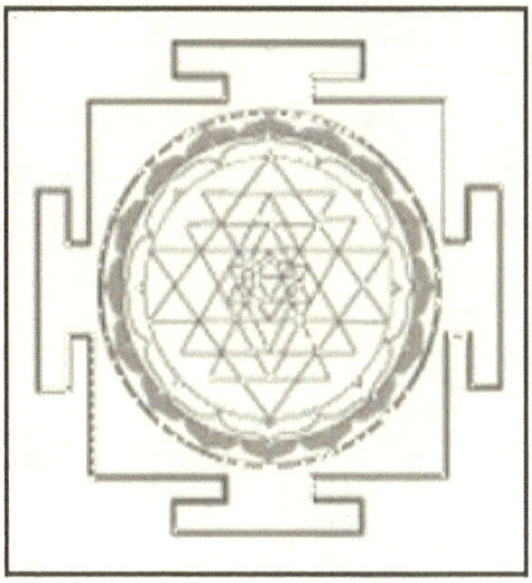

கள் ஐந்தும், கண், காது, மூக்கு, நாக்கு, புத்தி என்ற ஞானேந்திரியம் ஐந்தும், மனம் ஒன்றும் சேர்ந்து பதினாறும் இந்த பதினாறு இதழ் கமலம் ஆகிறது.

1. காமாகர்ஷினீ 2. புத்யாகர்ஷினீ 3. அஹங்கா ராகர்ஷினீ 4. சப்தாகர்ஷினீ 5. ஸ்பர்ஸாகர்ஷினீ 6. ரூபாகர்ஷினீ 7. ரஸாகர்ஷினீ 8. கந்தாகர்ஷினீ 9. சித்தாகர்ஷினீ 10. தைர்யாகர்ஷினீ 11. ஸம்ருத்யாகர்ஷினீ 12. நாமாகர்ஷினீ 13. பீஜாகர்ஷினீ 14. ஆத்மாகர்ஷினீ 15. அம்ருதா கர்ஷினீ 16. சரீராகர்ஷினீ என்ற பதினாறு தேவதைகள் இருக்கிறார்கள். இவர்களுக்கு "குப்த யோகினிகள்" எனப் பெயர்.

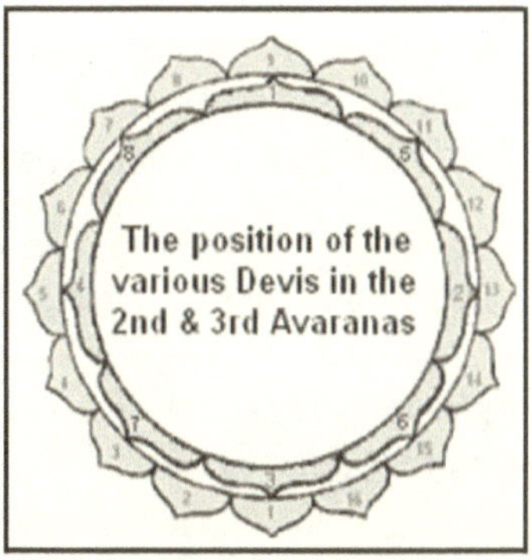

ப்ராணன், கர்மேந்திரியம், ஞானேந்திரியம், மனம் ஆகியவைகளால் ஏற்படும். காமம், புத்தி, அஹங்காரம், சப்த, ஸ்பர்ச, ரஸ, கந்த, சித்த தைரியம் ஆகியவைகள் ப்ராணனின் சம்பந்தத்தினால் ஏற்படும் கர்மா ஆகும். இவைகளை அநுபவித்தது போக மீதியுள்ள கர்மா நல்ல முறையிலான கர்மாவாக ஸாதகனுக்கு அமைய இந்த சக்திகள் அருள்பாலிக்கிறார்கள்.

(கர்மா அநுபவித்தது போக என்பது இந்த ஜென்மாவிலும் பூர்வ ஜென்மாவிலும் என்ற கருத்தாகும்).

அதன் காரணமாகத்தான் ஸர்வாசாபரிபூரக சக்ரம் எனப்படுகிறது. இதற்கு "திரிபுரேசி" சக்கர நாயகியாகவும், குப்த யோகினிகளாகவும் "ஸம்" என்ற சந்திரபீஜமாகவும் உஸ்ஸாகபாவம், வீரம் ரஸமாக அமைந்து வெண்மை நிறமாக இருப்பதால் வெண்மைநிற புஷ்பத்தால் பூஜிப்பது அவசியம்.

3. மூன்றாவது ஆவரணம் அஷ்டதள பத்மம் :

அஷ்டதள பத்மம் (எட்டு இதழ் தாமரை) என்ற சிவ சக்ரம், சிவபெருமானைத் தத்துவமாக கொண்டது. இதற்கு "ஸர்வ ஸம் ஷோபன சக்ரம்" என்று பெயர்.

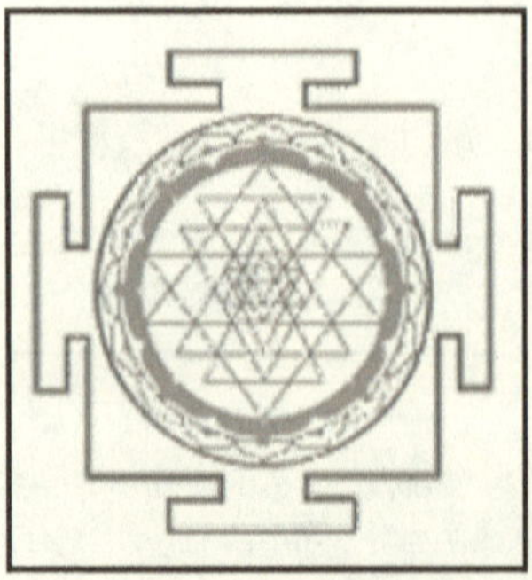

இதில் 1. அநங்க குஸுமா 2. அநங்க மேகலா 3. அநங்கமதனா 4. அனங்க மதனாதுரா 5. அநங்க ரேகா 6. அநங்க அங்குசா 7. அநங்கவேகினீ 8. அநங்கமாலினீ என்ற எட்டு சக்திகள் வாசம் செய்கிறார்கள். இவர்கள் கையில் பாசம், அங்குசம், வரஅபயம் என்ற நான்கு ஆயுதங்களை நான்கு கைகளில் ஏந்தி சிகப்பு வஸ்திரம் அணிந்து தேவியை ஒரு மனதுடன் தியானம் செய்து கொண்டு இருக்கிறார்கள். இவர்களுக்கு "குப்ததர யோகினிகள்" என்று பெயர். உபாசகனை உலக விஷயங் களில் இருந்து மீட்டு ப்ரஹ்ம ஞானத்திற்குச் செல்ல வழி செய்பவர்கள் இந்த யோகினி தேவதைகள். இவர்கள் மிகவும் கண்டிப்பானவர்கள்.

இந்த ஸர்வஸம் ஷோபன சக்ரத்திற்கு "திரிபுரஸுந்தரீ" சக்ரநாயகியாகவும் குப்ததர யோகினி கள் தேவதைகளாகவும் 'ஹம்' என்ற சிவபீஜம் சிவ ஸ்வரூபமாகவும், சோகபாவத்துடன் கருணா ரஸமாக செம்பருத்தி நிறத்துடன் இருப்பதால் செம்பருத்திப் பூவினால் பூஜிப்பது நன்று.

இந்த சக்ர தேவதைகளின் கட்டுப்பாட்டில் 1. பிருகிருதி 2. மஹத்தத்வம் 3. அஹங்காரம் 4. பஞ்சதன் மாத்திரை 5. பஞ்ச பூதங்கள் 6. பத்து இந்திரியங்கள் 7. அந்தகரணம் 8. புருஷன் என்ற எட்டும் இருக்கிறது. இந்த எட்டும் என்ன என்று பார்த்து பின் மேலே செல்வது நன்மை ஆகும்.

1. பிருகிருதி

நிலம், நீர், நெருப்பு, காற்று, வானம், மனம், புத்தி, அஹங்காரம் ஆகியவைகள் சேர்ந்து இருப்பது பிருகிருதி

என்றாகிறது. பஞ்சபூதங்களும் அதனுடைய அந்தக் கரணம் என்ற மனம், புத்தி, அஹங்காரத்துடன் சேர்ந்தது கீழான பிருகிருதி ஆகிறது. சிவசக்தி ஐக்கியம் அல்லது ஜீவப்ரஹ்ம ஐக்கியத்தைப் பெறுவது மேலான பிருகிருதி ஆகிறது. ப்ரஹ்ம வித்தையான ஸ்ரீ வித்தையின் அஸ்திவாரம் ஆனபடியால் முதலில் பிருகிருதி வைக்கப்பட்டு இருக்கிறது.

2. மஹத்தத்துவம்

மனதின் தன்மையால் புத்தியால் அறியப்படும் அஹம் ப்ரஹ்மாஸ்மி என்பது மஹா தத்துவம், மஹதத்துவம் எனப்படுகிறது.

3. அஹங்காரம்

மனத்தில் ஏற்படும் நான், எனது, இருக்கிறேன், செய்தேன் போன்றவைகள் அஹங்காரம்.

4. பஞ்ச தன்மாத்திரை

சப்த, ஸ்பர்ச, ரூப, ரச, கந்தம் என்ற ஒளி, ஊறு அல்லது தொடுவது வடிவத்தைக் காண்பது, அல்லது ஒரு பொருளைக் காண்பது, சுவையை உணருவது, வாசனையை அனுபவிப்பது என்ற ஐந்தும் ஞானேந்திரியம் என்ற காது முதலானவைகளின் செய்கை. அதன் தன்மையே பஞ்ச தன்மாத்திரை என்று கூறப்படுகிறது.

5. பஞ்ச பூதங்கள்

நிலம், நீர், நெருப்பு, காற்று, ஆகாசம் ஆகியவைகள் பஞ்ச பூதங்கள்.

6. பத்து இந்திரியங்கள்

கண், காது, மூக்கு, நாக்கு, உடம்பு ஆகிய ஞானேந்திரியங்கள் ஐந்தும் கை, கால், வாய், பாயு (மலத்துவாரம்), உபஸ்தம் (உற்பத்தி துவாரம்) ஆகிய ஐந்தும் கர்மேந்திரியங்கள். ஆக 10 ஆகிறது.

7. அந்தக்கரணம்

மனதின் நோக்கத்தின், எண்ணத்தின் உள்நோக்கம் அந்தக்கரணம்.

8. புருஷன்

முதலில் சொன்ன பிருகிருதியின் சேர்க்கையால் அதன் தன்மைகளை அறியும் ஜீவன் புருஷன் ஆகிறான்.

ஒரு ஜீவன் என்ற புருஷன் மனதின் உள் எண்ணத்தால், காது ஓசையைக் கேட்கிறது. ஓசைக்குக் காரணம் ஆகாசம், தேகம் உணர்கிறது. அதற்குக் காரணம் வாயு (காற்று) கண் ஒரு வடிவைப் பார்க்கிறது. அதற்கான ஒளிக்குக் காரணமாக இருப்பது அக்னி (தீ). நாக்கு சுவைக்கிறது. அந்தச் சுவை என்ற ரஸத்தை அறியக் காரணம் அப்பு (நீர்). மூக்கு நாற்றம், அல்லது வாசனை என்பதை முகர்கிறது. அந்தக் கந்தத்திற்குக் காரணம் பிருத்வி (நிலம்), என்ற முறையில் பஞ்சபூதம், பஞ்ச தன்மாத்திரையின் காரணமாக பஞ்ச ஞான இந்திரியங் களுடன் சேர்ந்து அதன் காரணமாக உண்டான அஹங் காரத்தை அகற்றி மஹாத்தத்துவம் அடைந்து பிருகிருதியில் சொல்லப்பட்ட மேலான பிருகிருதியில் இணைக்க, சிவசக்தி அல்லது ஜீவப்ரஹ்ம ஐக்கியம் அடைய வழியாகவும், அதனை அறியவும் மார்க்கம் ஏற்படுவதால், இவைகளை இந்த குப்ததர யோகினி களின் கட்டுப்பாட்டில் வைத்துள்ளார்கள் என்பது புலனாகிறது.

இவைகளை இந்த சக்தியின் அருளால் பெற்று, ஆத்ம வித்தையின் மேலே செல்ல வேண்டி இருக்கிறது. மற்ற விவரங்கள் ஸ்ரீ சக்கரமும் நமது சரீரமும் என்பதில் விளக்கப்படுகிறது.

நான்காவது ஆவரணம் சதுர்தச கோணம்

சதுர்தச கோணம் என்பது பதினான்கு முக்கோணங்கள் கொண்ட சக்தி சக்கரமாகும். இந்த பதினான்கு முக்கோணமும் பூபுரத்துடன் இணைக்கப்படு வதால் சிவ சக்தி ஐக்கியம் அல்லது ஜீவ ப்ரஹ்ம ஐக்கிய நிலையை உணருவதற்கு ஆரம்ப நிலையாக அமைகிறது. இந்தப் பதினான்கு கோணமும் ஈரேழு

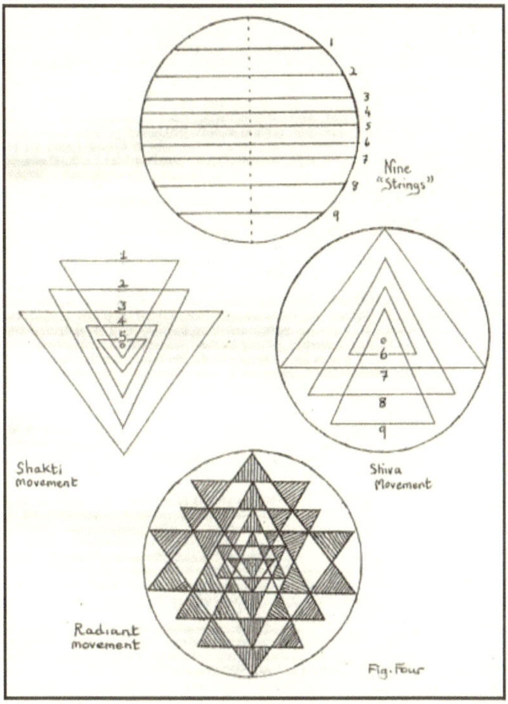

பதினான்கு உலகங்களைக் குறித்து இதில் எல்லா உலகங்களுக்குக் காரணமானவரும் ஆதி குருநாதராயும் உள்ள பரமேஸ்வரன் எங்கும் வியாபித்து இருப்பதைத் தெரிவிப்பதாகும்.

முக்கோணத்தில் ஆகாச காரணமாக ஆகாசம் என்ற பாவத்துடன் (பாவம் = நினைப்பது என்று ஒரு பொருள் உண்டு). இரண்டாவது பிராணனின் காரணமாக வாயு (காற்று) என்ற பாவத்துடனும், மூன்றாவது ஜோதி அல்லது ஒளியின் காரணமாக ஜோதி (அக்னி) பாவத்திலும், நான்காவது ஆனந்த மயத்தின் காரணமாக ரஸ (நீர்) பாவத்திலும், ஐந்தாவது பஞ்சப்ராணனின் காரணமாக ப்ராண பாவத்துடனும், 6வது வைஸ்வாநரகாரணமாக மூன்று லோகத்தின் சரீர பாவமாகவும், 7வது த்யுப்வாத்யதி கரணம் என்ற வித்தை இல்லாத தன்மையின் காரணமாக பூமி, ஆகாசம், ஸ்வர்க்கம் என்னும் மூன்று உலகங்களின் பாவமாகவும், 8வது எல்லா பிரஸித்தியின் காரணமாக மனிதன் குணபாவமாகவும், 9வது

ருத்திரன் என்ற காரணமாக ஸம்ஹார பாவத்துடனும், 10வதில் குஹ தஹ (குளிர்ச்சியும் உண்ணமும்) காரணமாக ஆகாச பாவ மாகவும், 11வது பூமிக்கும், ஆகாசத்திற்கும் இடைப்பட்ட பகுதியில் அந்தரத்தின் காரணமாக தர்ம பாவத்துடனும், 12வது அந்தர்யாம என்ற எல்லா உலகத்தையும் ஏற்படுத்தும் காரணமாக உலக தர்ம பாவமாகவும், 13வது அத்ருஸ்த்வம் என்று தெரியும் அல்லது தெரிந்து கொள்ள முடியாத மாயையின் காரணமாக ஸர்வ ஆத்மாவின் லக்ஷண பாவமாகவும், 14வது கோணத்தில் பூமியின் காரணமாக இருந்து பூமி முதல் ஆகாசம் வரையிலும், வியாபித்து இருக்கும் பாவத்துடன் பரமாத்மாவான பரமேஸ்வரன் பிரகாசிக்கிறான் என்பதாகும்.

இதற்கு "ஸர்வஸௌபாக்கிய தாயகசக்ரம் எனப் பெயர். இதில் 1. ஸர்வஸம்க்ஷோபினீ 2. ஸர்வ வித்ராவினீ 3. ஸர்வஆகர்ஷினீ 4. ஸர்வஹ்லாதினீ 5. ஸர்வஸம்மோஹினீ 6. ஸர்வ ஸ்தம்பிணீ 7. ஸர்வ ஜ்ரும்பிணீ 8. ஸர்வ வசங்கரீ 9. ஸர்வரஞ்சனீ 10. ஸர்வோன்மாதினீ 11. ஸர்வார்த்த ஸாதினீ 12. ஸர்வ ஸம்பத்திபூரணீ 13. ஸர்வ மந்த்ரமயீ 14. ஸர்வ த்வந்தவக்ஷயங்கரி என்ற பதினான்கு சக்திகள் "ஸம்பிரதாய யோகினிகள்" என்ற பெயருடன் இருக்கிறார்கள். உலக மாயா தோற்றத்தை அகற்றி ஆத்ம ஞானத்தை அருளுவதால் இது ஸர்வ ஸௌபாக்கிய தாயக சக்ரம் என்ற பெயரைப் பெறுகிறது.

ஸர்வேஸ்வரனான பரமேஸ்வரனின் பலவிதத் தோற்றங்கள் என்ற எண்ணத்தை ஒரே தோற்றம் என்ற ஆத்ம ஞானத்தை அருளுவதால் இது ஸர்வஸௌபாக்கிய தாயகம் என்று அழைக்கப்படுகிறது. அந்த ஆத்ம ஞானத்தை பரமேஸ்வரன் தானாகவோ அல்லது குருவடிவமாகவோ தோன்றி ஜீவன் ப்ரஹ்மம் இரண்டும் ஒன்றே எனினும் சிவனும் சக்தியும் ஒன்றே என்ற பேதம் அற்ற தன்மையை அருளுவது என்பது ஸம்ப்ரதாயம் எனப்படும். அதன் காரணத்தினால் தான் சம்ப்ரதாயாயோகினி என்ற பெயர் ஏற்படுகிறது. ஸம்ப்ரதாயம் (வழக்கம் என்ற பெயரும் உண்டு) என்னும் சொல்லுக்கு பரம்பரைக்கு ஜகத்குருவானவரும், ஆதிநாதர் எனப்படுபவரும், தக்ஷிணாமூர்த்தி என்ற

பெயருடையவருமான பரமேஸ்வரன் முதல் தொடங்கி உபதேச குரு வரையில் உள்ளது பரம்பரை என்று கூறப்படுகிறது.

இந்த நான்காவது ஆவரணத்திற்கு ஸர்வ ஸௌபாக்கிய தாயம் சக்ரமாகவும், "திரிபுரவாஸிநீ" சக்கர தேவதைகளின் ஈஸ்வரியாகவும், ஸம்பரதாய யோகினிகளாகவும், "ஈம்" என்ற (காமகலை) மஹாமாயா பீஜமாகவும், பயம் பாவமாகவும், மாதுளம்பூ நிறம் கொண்டதாகவும் அமைந்திருக்கிறது.

மாயைதான் பிரம்மத்தை ஏற்படுத்துகிறது. மாயை என்பது இல்லாவிட்டால் ப்ரஹ்மத்தை அறிவது முடியாது என்று சொல்லப்படுகிறது. இந்த மாயை நாரதரையும் விடவில்லை.

மாயையால் நாரதர் பட்ட துன்பம்

மஹரிஷி நாரதர் இந்திர சபைக்கு வந்தார். இந்திரன் அவரை வரவேற்று உபசரித்து ஒரு கேள்வி கேட்டான். நாரதரே! மாயை உங்களைப் பற்றுமா? என்பது அந்தக் கேள்வி. அதற்கு நாரதர் அன்னை பராசக்தியைத் தவிர மற்றவர்கள் யாவரும் மாயைக்குக் கட்டுப்பட்டவர்களே என்று கூறி தான் மாயையால் பட்ட துன்பத்தைச் சொன்னார்.

ஒரு சமயம் நான் (நாரதர்) ஒரு குளக்கரைக்குச் சென்றேன். அதில் நீராட வேண்டும் என்ற ஆசையால் நீராடினேன். அங்கு நீராடி எழுந்ததும் அழகு மங்கையாக மாறிவிட்டேன். என்ன செய்வது, என்று திண்டாடிக் கொண்டிருந்த போது அவ்வழியாக ஒரு அரசன் வந்து, என் அழகில் மயங்கி, என்னை சர்வாங்க சுந்தரி என்ற பெயரிட்டு என்னைத் திருமணம் செய்து கொண்டான். எங்களுக்குப் பல குழந்தைகள் பிறந்தன.

மனம் வெறுத்த நான் காட்டிற்குச் சென்று முன்பு நீராடிய குளத்திற்கு வந்ததும் என் பூர்வ ஞானம் அடைந்தேன். அதனால் மன வருத்தமுற்று அழுதேன். முனிவனாக இருந்த நிலையை நினைத்து அழுவதா? பெண்ணாக மாறி குழந்தைகளைப் பெற்றதற்காக அழுவதா? அவைகளை பிரிந்தமைக்காக அழுவதா? கணவனை நினைத்து

அழுவதா? என்று ஒன்றும் புரியாமல் மாயையில் மூழ்கி அழுதேன்.

அங்கு வந்த கண்ணன் என்னைத் தேற்றி குளத்தில் நீராடும்படிச் சொன்னார். நானும் நீராடினேன். மாயை நீங்கி பழையபடி முன்போல் நாரதர் ஆனேன். மாயையை வெல்வது என்பது முடியாது என்று அப்போது உணர்ந்தேன் என்று கூறினார்.

மாயை நம்மை ஆட்டுவிக்காமல் இருக்க

'ப்ரஸீத விச்வேச்வரி விஸ்வப்ரஸீதே
ப்ரஸீத விஸ்வேஸ்வரி வேதரூபிணி
ப்ரஸீத மாயாமயி மந்த்ரவிக்ரஹே
ப்ரஸீத ஸர்வேஸ்வரி ஸர்வரூபிணி'

என்ற ஸ்லோகத்தை விடாமல் பாராயணம் செய்தால் பயன் ஏற்படும் என்று கூறினார். (இந்த ஸ்லோகத்தை ஸ்ரீ வித்யா உபாசகர்கள் கூறி வருகிறார்கள்).

பஞ்சமா ஆவரணம் - பஹிர்த்தசாரம்

இது பஹிர்த்தசாரம் என்ற வெளிபத்து கோணங்களையுடைய சக்தி சக்ரம். இதற்கு "ஸர்வார்த்த ஸாதக சக்ரம்" என்று பெயர். ஸர்வ = எல்லா, அர்த்தம் = கர்ம பந்தங்களை நிவர்த்தி செய்து ஞானமார்க்கத்திற்கு வேண்டிய பாக்யம் ஸாதகம் = ஸாதனை செய்து அடைவது என்ற பொருளில் ஸர்வார்த்த ஸாதக சக்ரம் எனப்படுகிறது.

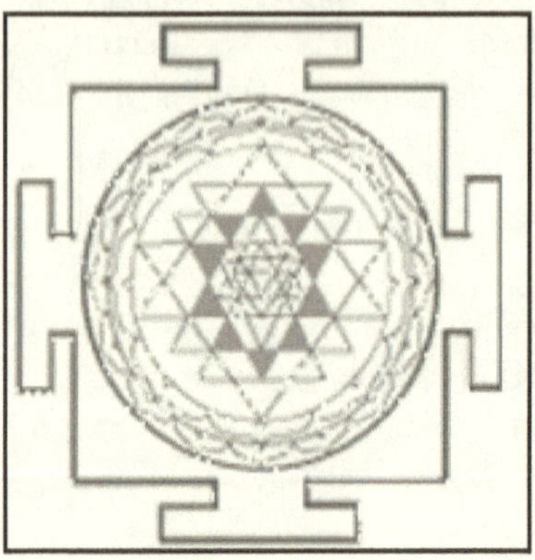

இதில் 1. ஸர்வ ஸித்திப்ரதா 2. ஸர்வ ஸம்பத் பிரதா 3. ஸர்வ ப்ரியங்கரீ 4. ஸர்வ மங்களாகாரிணீ 5. ஸர்வ காமப்ரதா 6. ஸர்வ துக்கவிமோசிநீ 7. ஸர்வ ம்ருத்யுப்ரசமனீ 8. ஸர்வ விக்ன நிவாரிணீ 9. ஸர்வாங்கசுந்தரீ 10. ஸர்வஸௌபாக்கியதாயினீ என்ற பத்து சக்திகள் இந்த

பத்து கோணத்தில் "குளோத்தீர்ண யோகினிகள்" என்ற பெயருடன் விளங்குகிறார்கள்.

இந்த ஸர்வஸௌபாக்கிய தாயக சக்ரத்தில் உள்ள பத்து சக்திகளும் எல்லாவிதப் பரிவாரங்களுடன் இருக்கிறார்கள். இவர்களுக்கு எல்லாம் "திரிபுராஸ்ரீ" என்பவள் தலைவியாக இருக்கிறாள். இந்தச் சக்கரத்தின் நாயகியாகவும், தங்கமயமான "சிம்ம வாகனத்தில்" அமர்ந்து இருக்கிறாள். இதற்கு 'ஏ' காரம் பீஜ விஷ்ணு ஸ்வரூபமாகவும், ஜுகுப்பை பாவத்தில் பீபத்ஸம் என்பதாக ஸிந்தூர வர்ணமாகவும் இருக்கிறார்கள். கர்மம் அதனால் விளையும் தன்மைகளை அகற்றி மோக்ஷத்தை அடையக்கூடிய வழியை கொடுக்கும் பாவம்.

புத்தி, மனம், நித்திரை, பசி, தாகம், சுகம், துக்கம் போன்றவைகளும், ப்ரஹ்மத்தைத் தவிர மற்றவைகள் மாயை என்றும் இவைகளை ஏற்படுத்தியும், காப்பதும் விஷ்ணு என்பவர்பால் அமைகிறது. அதன் காரணமாகத் தான் தேவி மஹாத்மியத்தில் "யா தேவி ஸர்வபூதேஷு விஷ்ணு மாயேதி ஸம்ஸ்திதா" என்று கூறப்படுகிறது. அதிலேயே 'ச்ரத்தா ரூபேன ஸம்ஸ்ஸிதா" என்று கூறப்படுகிறது. ச்ரத்தா என்பது குருவின் வாக்கியத்தில் திடநம்பிக்கையும், வேத வாக்கியங்களில் திடநம்பிக்கை யும் என்றாகிறது. அந்த நம்பிக்கையின் காரணமாக மாயை விலகி குருவின் அருளால் காந்தி (பிரகாசம் அல்லது தேஜஸ்) செல்வம், ஜீவனுக்கு வேண்டியதாகவும், தயை, திருப்தி ஆகியவைகளைப் பெற்று உலகனைத்திலும் வியாபித்து இருக்கும் தாயை அறிய முடிகிறது என்றும், கூறப்படுகிறது. ஆகவே இந்த ஆவரணத்தில் விஷ்ணு ஸ்வரூபம் அமைந்து இருப்பதின் காரணம் நன்கு விளங்குகிறது.

அந்தக் காரணத்தால் இந்தச் சக்ரம் ஸத்குரு அடையும் லாபத்தையும், குரு சிஷ்ய பரம்பரை வளர்ச்சியையும் முக்கியமாகக் கொண்டதாக அமைந்திருக்கிறது. மனிதன் என்ற சட்டையை உடைய ஸ்ரீகுருவின் ரூபமாய் தேவி இருந்து ஈஸ்வர தன்மையான ப்ரஹ்மத்தை அறிய காமேஸ்வரியானவள் அருள் புரிகிறாள் என்பது சாஸ்திரக் கருத்தாகும். "குருவில்லாமல் மற்ற எந்த முறையிலும் ப்ரஹ்மத்தை அறிய முடியாது. தேவியின் அநுக்கிரஹம் இருந்தாலேயொழிய ஸத்குருவை அடைய முடியாது" என்று சங்கர விஜயம் விரிவாகக் கூறுகிறது.

சங்கரன், சுக்கரன், ராகு கிரஹங்கள் ஒரு ஜாதகத்தில் தோஷம் உள்ளவைகளாக இருந்தால் அவை பசுவின் கோபம், சுமங்கலிகளின் சாபம், ஸ்ரீதுர்கையின் கோபம், பெற்ற தாய், ஜெகத்தில் தாயின் சாபம் என்று ஜோதிட சாஸ்திரங்கள் கூறுகிறது. இவைகளை ஸ்ரீ குருவின் கிருபையால் நிவர்த்தி செய்து ப்ரஹ்மவித் தையை அடையச் செய்வது இந்த ஆவரணமாகும்.

அந்தக் குருவை ஈஸ்வர த்யானத்தின் மூலம் அடைந்த சிஷ்யன் குருவிற்கு ஆப்தம், அங்கம், ஸ்தானம், ஸத்பாவம் என்ற நான்கு வித பணிவிடைகளைச் செய்து குருவைத் திருப்திப்படுத்த வேண்டும் என்று சாஸ்திரங்கள் உரைக்கிறது.

ஆப்தம் – குருவிற்கு அநுகூலமான காரியங் களைச் செய்வது.

அங்கம் – குருவினது பாத சேவை.

ஸ்தானம் – குருவின் உடமைகளைக் கண்ணும் கருத்துமாய்ப் பேணிக் காப்பது.

ஸத்பாவம் – குருவே பரப்ரஹ்ம ஸ்வரூபம் என்ற எண்ணத்துடன் இருப்பது என்று பொருளாகும். இதுவே "ஸ குரு ஏவ அபிகச்சேத்" என்ற வாக்கியத் தில் கூறப்படுகிறது.

இதன் காரணத்தைக் கொண்டு தான் "குலோத்தீர்ண யோகினிகள்" என்று இந்த தேவிகளுக்குப் பெயர் ஏற்பட்டது. குலம் + உத்தீர்ணம் + யோகினிகள் என்று பதம் பிரிக்க: குலம் என்றால் ஞான சிஷ்ய பரம்பரை; உத்தீர்ணம் நன்கு நல்ல முறையில் விருத்தி செய்வது; யோகினி தேவிகள் என்றாகிறது. அதாவது தக்க சிஷ்யர்கள் குருவை நாடிச் செல்வதும், குருவான வர் சிஷ்யர்களை அங்கீகரித்து, ஞானப் பரம்பரையை விருத்தி அடையச் செய்து, ஞானத்தை அடைய வழிவகைகளைச் செய்வதால் இந்த சக்திகள் குலோத்தீர்ண யோகினிகள் என்ற பெயரை அடைகிறார் கள். ஸ்ரீகுருவின் கருணையால் சாதகசிஷ்யன் எந்த முறையில் நன்மை அடைகிறான் என்பதைப் பார்க்குமிடத்து:

1. ஸர்வஸித்தி ப்ரதா :

எல்லா மந்திரங்களும் சித்தி அடைந்து ப்ரஹ்ம ஞானத்தை அடைவிப்பவர்கள். உபதேசம் அடையாத பக்தர்களுக்கு ஞானமார்க்கத்தில் நுழையக்கூடிய புத்தியைக் கொடுப்பவள்.

2. ஸர்வஸம்பத் ப்ரதா :

சாதகனின் காம, குரோத, ஆசைகளை அகற்றி ஆசை அற்ற ஸம்பத்தை அடையச் செய்பவள்.

பக்தர்களுக்குத் தர்மார்த்த, காம, மோக்ஷ என்ற சம்பவத்தை அளிப்பவள்.

3. ஸர்வ ப்ரியங்கரீ :

சாதகனை ஸதா சந்தோஷமான நிலையில் இருக்கச் செய்து நான், தனது என்ற அஹங்காரத்தை அகற்றி அன்புடன் இருக்கச் செய்பவள்.

பக்தர்களுக்கு கணவன், மனைவி, பெற்றோர் பிள்ளைகள், சகோதர, சகோதரிகள் இடையே ப்ரியத்தை உண்டுபண்ணி வளர்ப்பவள்.

4. ஸர்வமங்கள காரிணீ :

சாதகனுக்கு சதா ப்ரஹ்ம நாட்டத்தைக் கொடுத்து, காத்து ரக்ஷிப்பவள். பக்தர்களுக்கு லௌகீக வாழ்க்கை யில் உள்ள கஷ்டங்களை அகற்றி மங்களத்தைக் கொடுப்பவள்.

5. ஸர்வகாமப்ரதா :

சாதகனின் உலக இச்சைகளை அகற்றி அவனுடைய குறிக்கோளான பேரானந்தம் என்ற ஆசையை அடையச் செய்து சித்தியையும் மோக்ஷத் தையும் கொடுப்பவள்.

பக்தர்களின் மனதில் நினைக்கும் தர்ம ரீதியான ஆசைகளை நிறைவேற்றுபவள்.

6. ஸர்வதுக்கவிமோசிநீ :

சாதகனின் சாதனைக் காலங்களில் ஏற்படும் சாதனைக்கு வேண்டாத (அநர்த்தம்) (சந்தேகம்) வைகளைப் போக்கடித்து, அந்த துக்கத்தை அல்லது மனோ வேதனையை அகற்றுபவள்.

பக்தர்களுக்கு உலக ரீதியாக ஏற்படும் துக்கங்களைப் போக்கடிப்பவள்.

7. ஸர்வம்ருத்யுப்ரசமனீ :

சாதகனின் மரண பயத்தை நீக்கி நிலையான சுகத்தைக் கொடுப்பவள்.

பக்தர்களின் விபத்து போன்ற துர்மரணத்தையும், ஆதரவு அற்ற நிலையில் மரணம் ஏற்படுவதையும் தடுத்து காப்பவள்.

8. ஸர்வ விக்ன நிவாரிணீ :

சாதகனின் சாதனைக் காலங்களில் ஏற்படும் தடங்கல், தடைகளை அகற்றுபவள்.

பக்தர்களின் வாழ்க்கையின் முன்னேற்றத்திற்கான தடைகளை, தடங்கல்களை அகற்றிக் காப்பவள்.

9. ஸர்வாங்க சுந்தரீ :

ஸகல கல்யாண குணங்களுடன் கற்பனை செய்ய முடியாத அழகுடன் விளங்கும் தேவி ஆனவள், ந்யாஸங் கள் மூலமாக தன்னையே தேவியின் ஸ்வரூபமாகக் கருதும் சாதகனுக்கு ஸ்ரீகுருவின் மூலமாக தேஜஸை, அழகைக் கொடுப்பவள்.

10. ஸர்வஸௌபாக்ய தாயினீ :

சாதகனுக்கு ப்ரஹ்மநிஷ்டையால் ‘சமிவோஹம்’ என்பதுவே ஸௌபாக்கியம். அதனைக் கொடுப்பவள் என்ற முறையில் பத்து யோகினி தேவிகளின் தன்மை விளங்குகிறது. ஸௌபாக்கியம் என்றால் என்ன என்று பார்க்கும் போது ஞானம், வைராக்கியம், செல்வம், ஆசை, பெருமை, வீரியம், விடாமுயற்சி, ஒளி (அழகு), புகழ் ஆகிய ஒன்பதும் சேர்ந்து

பகம் என்ற சொல்லாகிறது. அந்தப் பகம் அனைத்தும் நல்லவை களுக்குப் பயன்படும்போது ஸீபகம் என்று கூறப்படுகிறது. அந்த ஸுபகத்தை ஒருவர் அடையும் நிலையை பாக்கியம் என்று சொல்லப்படுகிறது. அந்த பாக்கியம் ஒரு பெண்ணை அடைந்தால் ஸௌபாக்கியம் என்றாகிறது. அதன் காரணமாகத்தான் ஸௌபாக்கிய வதியாக இரு என்று கூறப்படுகிறது. ஒரு குடும்ப நாயகி ஸௌபாக்கியவதியாக இருந்தால், அதற்கு அந்தக் குடும்ப நாயகன் காரணமாகிறான் என்பதும் புலப்படும் தன்மையால் நாயகன் நாயகி என்று குறிப்பிட்டு சிவ சக்தி ஐக்கியத்தையும் குறிப்பிடும் சொல்லாக அமைகிறது.

ஆகவே இந்த ஆவரணத்தின் பயனாக ஸ்ரீ குருவிற்கு தேவியின் அருளால் மேலே சொன்னவை களும், சத்சிஷ்யர்களும் அடையப் பெற்று, ஸ்ரீ குருவின் கருணையால் சாதக சிஷ்யனிடம் வந்து அடைகிறது என்று தெளிவாகத் தெரிய வருகிறது. ஆகவே இந்த ஆவரணத்தின் சக்திகளின் அருளால் குரு சிஷ்ய இணக்கம் அபிவிருத்தி அடைந்து அதனால் ப்ரஹ்ம வித்தை (ஸ்ரீவித்தை) வளர்ச்சி அடைய அநுக்கிரஹம் செய்யும் இடமாக அமைகிறது.

மேலும் இந்த ஐந்தாவது ஆவரண பூஜையின் போது சுத்த மனதுடனும், பக்தியுடனும், நம்பிக்கையுடனும் இருக்கும் பக்தர்களுக்கு மேலே சொல்லப்பட்ட நன்மைகளைத் தேவி வழங்குகிறாள் என்பது தீர்மானம் ஆகிறது.

ஆறாவது ஆவரணம் - அந்தர்த்தசாரம்

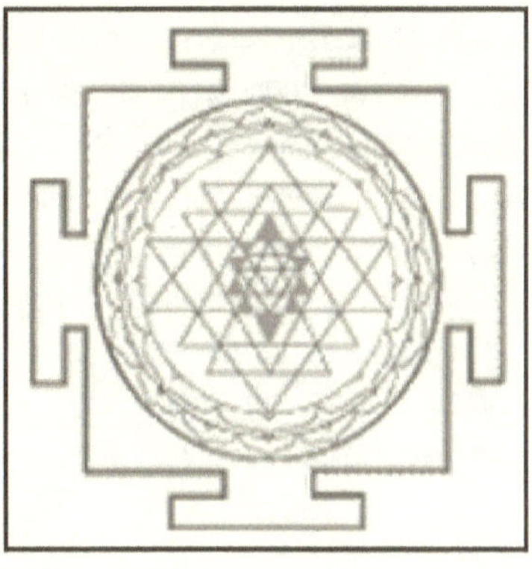

அந்தர்த்தசாரம் என்ற உள் பத்து கோணம் உடைய சக்தி சக்ரம். இதற்கு "ஸர்வ ரக்ஷாகர சக்கரம்" என்று பெயர்.

இந்த பத்து கோணத்தில் 1. ஸர்வக்ஞா 2. ஸர்வ சக்தி 3. ஸர்வ ஐஸ்வர்யப்ரதா 4. ஸர்வஞானமையீ 5. ஸர்வ வியாதி வினாசினீ 6. ஸர்வ ஆதாரரூபா 7. ஸர்வபாப ஹரா

8. ஸர்வ ஆனந்தமயீ 9. ஸர்வரக்ஷா ஸ்வரூபினீ 10. ஸர்வேப்ஸித பலப்ரதா என்ற பத்து தேவதைகள் இருக்கிறார்கள்.

இவர்கள் கையில் ஜபமாலையும், புஸ்தகமும் தாங்கி அந்த வெண்மை நிறத்தில் "நிகர்ப யோகினிகள்" என்ற பெயருடன் இருக்கிறார்கள்.

ஜீவனை த்வைத பாவத்தில் இருந்து ரக்ஷித்து ஜீவனின் உண்மை ஸ்வரூபத்தில் இருக்கச் செய்வதால் இது ஸர்வ ரக்ஷாகர சக்கரம் எனப்படுகிறது. அதாவது ஸகல வேத, வேதாந்த, உபநிஷத்துகளில் ஜீவப்ரஹ்ம ஐக்கியத்தை முக்கியமாகக் கொண்டு "தத்துவமஸி" என்ற மஹாவாக்கியமாக வந்தது. அந்த மஹாவாக்கியம் குருவின் உபதேசத்தை ஸ்ரவணம் (கேட்பது) என்பதில் இருந்து ப்ரஹ்ம ஐக்கியம் அறிவிக்கப்பட்டு அபயம் அளித்து ரக்ஷிப்பதால் இதற்கு ஸர்வரக்ஷாகர சக்கரம் என்ற பெயரைப் பெற்றது.

வித்தை இல்லாத அஞ்ஞானிகளுக்கு பிரஹ்மம் விளங்குவதில்லை. அந்த அஞ்ஞானிகளின் ஆத்ம ஞானத்தைத் தூண்டி தத்துவம்அஸி என்ற தத்துவமஸி மஹா வாக்கியத்தை குருவினால் அடைந்து, அது பிரிக்க முடியாதது என்பதை ப்ரஹ்ம ரகஸியத்தை ஒருமைப் பட்ட மனதால் விருத்தி அடையச் செய்து முன்னேற வழிசெய்யும் சக்திகளான இவர்கள் பத்து பேர்களும் "நிகர்ப்ப யோகினீகள்" என்ற பெயரை அடைகிறார்கள். 1. ஸர்வக்ஞா அகண்ட ஞானம் 2. ஸர்வ சக்தி எல்லாம் தானே என்று வியாபிக்கும் சக்தி 3. ஸர்வ ஐஸ்வர்ய ப்ரதா ஈஸ்வர தன்மையை அறியும் செல்வத்தை அடைதல் 4. ஸர்வ ஞானமயி எல்லா ஞானமாக இருப்பது 5. ஸர்வ வியாதி விநாசினி ஆணவமலம் போன்ற துக்கம் என்ற வியாதியை நிவர்த்தி செய்வது 6. ஸர்வ ஆகார ஸ்வரூபா எல்லாவற்றிற்கும் ஆதாரமாக அல்லது காரணமாக விளங்குவது 7. ஸர்வபாபஹரா மனசிலே சமான வேண்டாத எண்ணம் என்ற பாபத்தை அகற்றுவது 8. ஸர்வ ஆனந்தமயீ சதாசர்வகாலம் ஆனந்த ரூபமாக இருப்பது 9. ஸர்வ ரக்ஷா ஸ்வரூபிணி அத்வைத ஸ்தியை அளிப்பது 10. ஸர்வேப்ஸித பலப்பரதா மோக்ஷலாபத்தை அடைவிப் பது

என்ற தன்மைகளை அளிக்கக்கூடிய சக்திகளாக இந்த நிகர்ப்ப யோகினி தேவிகள் இருக்கிறார்கள்.

இந்த ஆவரண சக்ரம் ஸர்வ ரக்ஷாகர சக்ரம் என்றும், இதன் நாயகியாக "திரிபுரமாலினி" யும் நிகர்ப்ப யோகிகளும் "ரேப்" ப்ருதியுடன் அக்னி ஸ்வரூபத்தில் குரோத பாவத்தில் ரௌத்தர பாவத்துடன் செம்பருத்திப் பூவின் நிறத்தில் அமைவதால் செம்பருத்தி புஷ்பத்தால் பூஜிப்பது நன்மையாகும்.

ஐந்தாவது ஆவரணத்தில் ஐந்தாவது தேவியாக ஸர்வ காமப்ரதாவும் ஆறாவது ஆவரணத்தில் ஐந்தாவது தேவியாக ஸர்வ வியாதிநாசினியாகவும் அமையப் பெற்று இருப்பது என்பது சாதகனின் உலக இச்சைகளை அகற்றி ஆணவமலம், துக்கம் ஆகியவை களை அகற்றும் சக்தியாக பிணைக்கப்பட்டு இருப்பது கவனிக்க வேண்டும்.

வெளிபத்து கோணம்	உள்பத்து கோணம்
ஸர்வ ஸித்தி ப்ரதா	ஸர்வக்ஞா
ஸர்வ ஸம்பத் ப்ரதா	ஸர்வசக்தி
ஸர்வ ப்ரியங்கரீ	ஸர்வ ஐஸ்வர்ய ப்ரதா
ஸர்வ மங்கள காரிணீ	ஸர்வ ஞானமயி
ஸர்வ காமப்ரதா	ஸர்வ வ்யாதி வினாசினி
ஸர்வ துக்க விமோசினீ	ஸர்வ ஆதார ருபா
ஸர்வ மிருத்யுப்ரசமணி	ஸர்வ பாபஹரா
ஸர்வ விக்ன நிவாரிநீ	ஸர்வ ஆநந்தமயீ
ஸர்வாங்க சுந்தரீ	ஸர்வ ரக்ஷாஸ்வரூபிணீ
ஸர்வஸௌபாக்கியதாயினீ	ஸர்வேப்ஸிதபலப்ரதா

என்று அமைந்திருப்பதைப் பார்க்குமிடத்து வெளிப்பத்து கோண தேவிகள் நமது சரீரத்தில் வெளியில் உள்ள ஸித்திகளையும் உள்பத்து கோணங்களின் தேவிகள் சரீரத்தின் உள் இருக்கும் ஞானம், வைராக்கியம் ஆகியவைகளை ஆறு ஆதாரங்களில் ஆதாரமாக இருந்து மோக்ஷ ஞானத்தை அருள்கிறார்கள் என்பது தெளிவுபடும். (இதனை மேலும் நமது சரீரமும் ஸ்ரீ சக்ரமும் என்ற பகுதியில் விளக்கப்படுகிறது).

ஏழாவது ஆவரணம் : அஷ்ட திரிகோணம்

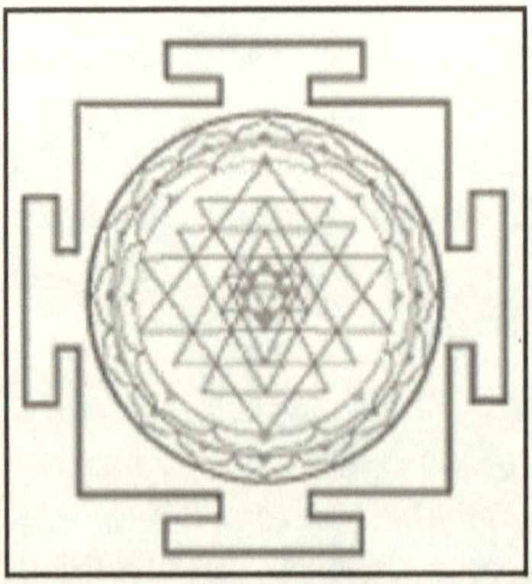

இந்த ஆவரணம் எட்டு திரிகோணங்களை உடையது. இதற்கு "ஸர்வரோஹர சக்ரம்" என்று பெயர். இந்த எட்டு கோணங்களில் வசினீ, காமேஸ்வரீ, மோதினி, விமலா, அருணா, ஜயீனி, ஸர்வேஸ்வரீ, கௌளீனி என்ற தேவதைகள் "வாக்தேவதைகள்" என்ற பெயருடன் "ரக்ஷ்ய யோகினி" களாக வசித்து வருகிறார்கள். இந்த எட்டு பேர்களும் கதை, காவியம், இசை, நாடகம், ஸ்தோத்திரங்களால் அம்பிகையை சந்தோஷப்படுத்திக் கொண்டே இருக்கிறார்கள். இவர்களுக்கு திரிபுரஸித்தா நாயகியாக மஹாபீடத்தில் இருக்கிறாள்.

இந்த ஆவரணம் முக்கியமாக ஸ்ரீ வித்தையின் சிறப்பு லக்ஷணங்களை வெளிப்படுத்துகிறது. இதில்தான் சாதகனுக்கு "அஹம்ப்ரஹ்மாஸ்மி" என்ற குருவினால் போதிக்கப்பட்ட மஹாவாக்கியத்தின் தத்துவம் புரிகிறது. மேலும் சாதகனின் மனதில் ஏற்படும் ஸந்தேகம், விபரீத எண்ணம், விளங்கவில்லை என்ற தன்மைகள் அகற்றப் படுவதால் "மனை" என்பது குறிப்பாக அமைகிறது. மனை என்பது குருவிடம் இருந்து பெற்ற அஹம் ப்ரஹ்மாஸ்மி என்ற மஹா வாக்கியத்தை, குருவின் உபதேசம், தன்னுடைய யுக்தி, தர்க்கம், தகுந்த சாஸ்திரங்களின் பிரமாணம், அதனால் உண்டாகும் அநுமானத்தால் சிந்தித்து அடையும் எண்ணம் "மனை" என்ற வாக்கியமாகக் கூறப்படுகிறது.

ஜீவனின் ஞானம் அற்ற தன்மையே ரோகம். அந்த ரோகமான அஞ்ஞானத்தினால் சிவம் என்பது விளங்காமல் இருக்கிறது. அந்த அஞ்ஞானத்தினால் ஏற்படும் சந்தேகம் என்ற தடைகளை அகற்றி ப்ரஹ்ம நிஷ்டையில் மேலே செல்ல ஏதுவானதாக இந்தச் சக்ரம் இருப்பதால் இதற்கு "ஸர்வரோக ஹர சக்கரம்" என்ற பெயரை அடைந்தது.

இதில் உள்ள யோகினி தேவதை எட்டுபேர்கள்.

1. வஸினி ஸர்வ பிரபஞ்சமும் ப்ரஹ்மஸ்வரூபமே என நிச்சயிக்கும் சக்தி.

2. காமேஸ்வரி ஆத்மா ப்ரஹ்மத்தின் ஸ்வரூபம் என்றும் அந்த ஆத்மாவின் செய்கைகளின் சக்தி.

3. மோதினி ப்ரஹ்மா ஆத்மா என்ற ஞானத்தின் சக்தி.

4. விமலா அஞ்ஞானத்தை நிவர்த்தி செய்து எல்லாம் ஒன்றே என்பதை அறியும் சக்தி.

5. அருணா ஜீவ ப்ரஹ்ம ஐக்கியத்தைத் தெளிவுபடுத்தும் சக்தி.

6. ஜயினி ப்ரஹ்ம ஞானத்தை ஆத்மவித்தையால் போதிக்கும் சக்தி

7. ஸர்வேஸ்வரீ ஜீவனுக்கு முக்தியைக் கொடுக்கும் சக்தியாக எங்கும், எதிலும் நிறைந்துள்ள சக்தி.

8. கௌளினீ ஜீவன் அடைந்த முக்தியை நிரந்தரமாக ஆக்கும் சக்தி.

என்ற முறையில் இந்த எட்டு தேவதைகளும் விளங்கு கிறார்கள். ஜனனம், ரூபம், சம்ஸாரபந்தம், மரணம் ஆகியவைகளை ஒழிப்பதற்குக் காரணமாக இருப்பதால் 'ரகஸ்ய யோகினிகள்' என்ற பெயரை அடைகிறார்கள். இவர்களிடமிருந்து கதை, காவியம், இசை, நாடகம், சாஸ்திரம், ஸ்தோஸ்திரம் ஆகியவைகள் தோன்றுவதால் "வாக் தேவதைகள்" என்று அழைக்கப்படுகிறார்கள். இவர்களே 'அ' காரம் முதல் 'க்ஷ' காரம் வரையில் உள்ள அக்ஷரங்களின் தோற்றத்திற்குக் காரணமான வர்களாக இருப்பதால் "மாத்ருகா ஸ்வரூபிணி" என்று போற்றப்படுகிறார்கள். அகாராந்தி க்ஷகாரந்த ந்யாஸம் செய்வது மாத்ருகா ந்யாஸம் எனப்படுகிறது.

இந்த ஏழாவது ஆவரணம் ஞான வடிவமானதும் சிவ சக்தி ஐக்கியத்தையும், ஜீவ ப்ரஹ்ம ஐக்கியத்தையும்

தெளிவுபடுத்தி 'சிவோஹம்' என்ற எண்ணம், அஹம் ப்ரஹ்மாஸ்மி என்ற எண்ணத்தை ஏற்படுத்துவதாக அமைகிறது.

எட்டாவது ஆவரணம் திரிகோணம்

இந்தத் த்ரிகோணம் ஸ்ரீ சக்ரத்தின் மத்தியில் உள்ள த்ரிகோணம் "ஸர்வ ஸித்தி ப்ரதா சக்கரம்" என்ற பெயருடன் இருக்கிறது. இது ஸ்ரீ சக்ரத்தில் 43வது முக்கோணம்.

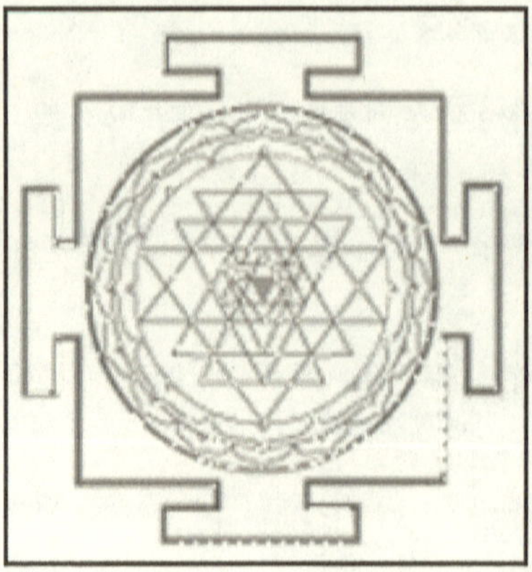

இந்த முக்கோணத்திற்கும், ஏழாவது ஆவரண அஷ்ட கோணத்திற்கும் இடையில் வலது, இடது, மேல் என்ற முறையில் நான்கு நாற்கோணங்கள் இருக்கிறது. இதில் எல்லா அஸ்தரங்களின் தேவதைகளும், தனுசு, பாணம், பாசம், அங்குசம் என்ற ஆயுத தேவதைகளும் இருக்கிறார்கள். இந்த ஆயுத தேவதைகளை ஆராதனை செய்த பிறகுதான் எட்டாவது ஆவரணம் தொடங்கப்பட வேண்டும். ஏழாவது ஆவரணத்தில் ஸந்தேகம், விபரீத எண்ணம், விளங்கவில்லை என்ற மனன என்ற தன்மைகளை அகற்றி, மனத்தின் பல பூதங்களையும், அதன் செய்கைகளையும் சரி செய்து, அந்த மனத்தை திரும்பவும் உலக விஷயங்களில் செல்லவிடாமல் தடுத்து சாதகனின் சாதனையை உள்முகமாகத் திருப்புவது என்பது இந்த ஆயுதங்களின் தன்மை, இதைத்தான் லலிதா ஸஹஸ்ரநாமத்தில் "மனோ ரூபேக்ஷு கோதண்டா பஞ்சதன் மாத்ரஸாயகா, ராகஸ்வரூப பாசாட்யா க்ரோதாகாராங்குசோ ஜ்வலா" என்று கூறப்படுகிறது. கோதண்டம் (தனுசு) = மனம் என்னும் பஞ்சேந்திரங் களின் தன்மையின் சாயலை பாணம் என்றும். பாஸம் என்பது விருப்பம், அங்குசம் என்பது வெறுப்பு என்றும் கூறப்படுகிறது.

தனுசு (வில்) : சுத்தமனதை உள்முகமாக வளைத்து வில் மாதிரி திருப்புவது தனுசு என்றாகிறது. எப்படி ஒரு மரக்கிளையைக் கையால் பிடித்து இழுத்தால் வளையுமோ அது போன்றது.

பாணம் (அம்பு) : பஞ்ச இந்திரியங்களின் அசுத்த விஷய அனுபவங்களை நிவர்த்தி செய்து ஜிதேந்த்ரிய சுத்தமனதை அடைவிப்பது.

பாசம் : ஆத்மாவை எப்படியாவது அறிதல் வேண்டும் என்ற விருப்பமே பாசம் ஆகும்.

அங்குசம் : அஞ்ஞானம் என்ற வெறுப்பே அங்குசம் ஆகும்.

இந்த எட்டாவது ஆவரண ஸர்வஸித்தி ப்ரதாய சக்கரத்தில் மஹாகாமேஸ்வரி, மஹாவஜ்ரேச்வரீ, மஹாபகமாலினி என்ற மஹா என்ற சிறப்புடன் கூடிய நாயகிகள் உள்ளனர். "அதிரகஸ்ய யோகினிகள்" என்ற பெயருடன் விளங்குகிறார்கள். இவர்களுக்கு "திரிம் புராம்பா" நாயகியாக ரத்தன சிம்மாஸனத்தில் வீற்றிருக் கிறாள்.

மஹாகாமேஸ்வரீ : காமகிரி ஆலயத்தில் அக்னி மயமான காமகிரி பீடத்தில் வாக்பவ பீஜஸ்வரூபிணியாக காதி வித்யா சக்தியாக சாதகனின் அசுத்தமான இச்சைகளைப் போக்கும் சக்தியாக இருந்து கொண்டு பாசம், அங்குசம், அம்ருதகலசம், கபாலம் ஆகியவைகளை தரித்து வரத, அபயம் என்ற ஆறு கைகளுடன் அழகான வஸ்திரம் தரித்து, ஒளிமிக்க ஆபரணங்களை அணிந்து ஸர்வ அலங்காரத்துடன், தன் சதுரங்க சேனைகளுடன், ஆத்ம தத்துவமாக, இச்சா சக்தியோடும் மித்ரேச நாதருடனும் விளங்குகிறாள்.

2. மஹாவஜ்ரேஸ்வரீ : ஹாதி வித்யா ஸ்வரூபிணியாய் விஷ்ணு சக்தியாய் விளங்கி, தனது ஆறுகைகளில் பாசம், அங்குசம், பாணம், வில், புஸ்தகம், ஜபமாலையுடன் சர்வ அலங்காரத்துடன், பரிவாரங்கள் புடை சூழ சூரியமண்டலம் என்ற ஜலாந்தர பீடத்தில், அண்டங்கள் எல்லாவற்றையும், சிருஷ்டித்து, காக்கவும் ஆற்றல் உள்ள காமகலா

ஸ்வரூபிணியாய் வித்யா தத்துவத்தில் ஷஷ்டீச நாதருடன் மஹா வைபத்துடன் விளங்குகிறாள்.

3. **மஹாபகமாலினீ** : ஸாதி வித்யா ஸ்வரூபிணியாய் சுந்தர மண்டல ரூபமான பூர்ணகிரி பீடத்தில் பூர்ண சந்திரன் போன்ற திருமேனியுடன் வில், அம்பு, பாசம், அங்குசம், புஸ்தகம், அபய முத்திரையை தன் ஆறு கைகளில் தரித்து மதிமயமான ஆபரணங் களைப் பூண்டு, அழகான ஆடை அணிந்து சிவதத்துவத் தில் உட்டீசாநந்த நாதரோடு கூடி கிரியா சக்தி ரூபிணியாக விளங்குகிறாள்.

ஆத்மாவால் சூன்மத்திலும் சூஷ்மமாக மறைந்து ரஹஸ்யமாக இருந்து இச்சா சக்தி, ஞானசக்தி, கிரியா சக்தியாக இருப்பதால் "அதிரஹஸ்ய ·யோகினிகள்" என்ற பெயரை அடைகிறார்கள்.

த்ரிபுராம்பா = ஸ்தூல, க்ஷீக்ஷ்ம, காரண தேகங்களின் காரணமாக இருக்கக்கூடிய துர்ய நிலையில் அகண்டாகரத்துடன் சம்பந்தப்படும் சக்தி ஆனபடியால் திரிபுராம்பா என்ற சக்ரேஸ்வரியாக விளங்குகிறாள்.

"வாமாதீநாம் புராணத்து, ஜனனீ திரிபுராம்பிகா" என்று யோகினீ ஹ்ருதயம் என்ற நூலின் வாக்கியத்தில் கூறப்படுகிறது. அந்த திருபுராம்பா எல்லா சக்ரங்களிலும் விளங்குபவளாகவும், ஸ்ருஷ்டி, ஸ்திதி, ஸபஹாரம் என்ற செயல்களைப் புரிபவளாகவும், பர ப்ரஹ்ம சக்ரத்தில், இச்சா, ஞான, கிரியா, சார்ந்த சக்தியாக வாக்பாவ, காமராஜ, சக்தி, பீஜமாகவும் மஹா ஒட்டியாண பீடத்தில் சார்யாநந்த நாதரும், பலவித சேனைகள் புடைசூழ பரப்ரஹ்ம சக்தியாக மஹா திரிபுரஸுந்தரி கொலு வீற்றிருக்கிறாள். பட்டாரகர் என்ற பெயரை உடைய ஆதி குரு நாதர்கள் மித்ரேசநந்தநாதர், ஷஷ்டீசநந்தநாதர், உட்பீசாநந்த நாதர், சார்யாநந்த நாதர் ஆகியவர்களுடன் பராசக்தி இருப்பதால் பராபட்டாரிகா என்ற பட்டப் பெயருடன் விளங்குகிறாள்.

காமேஸ்வரியின் கிரஹத்தில் திவ்விய, ஸித்த, மாணவ என்ற குருமண்டலத்தில் மிக்ரேசாந்த நாதர், ஷட்பீசா நந்த நாதர், உட்பீசாநந்த நாதர் என்ற ஆதி குருவானவர்களுடன் தனது ஸ்வரூப நிருபண குருவை மாணவ ரேகையிலும், பரம

குருவை ஸித்தரேகையிலும், ஆதிகுருநாதர்களுடன் ஒன்று படுத்தி குருமண்டலாசனம் செய்யப்பட வேண்டும்.

நித்யா தேவி யஜனம்

பதினைந்து நித்யா தேவிகள் பிரதமை முதல் பௌர்ணமி வரையில் உள்ள பதினைந்து திதிகளின் தேவதை ஆவார்கள், காலம் என்பது தேசத்துடன் சம்பந்தப்பட்டு கால தேசம் என்று கூறப்படுகிறது. அப்படியானால் பதினைந்து நித்யா தேவிக்கும் மஹா நித்யாவாக ஸ்ரீ லலிதா பரமேஸ்வரி விளங்குகிறாள். இவர்களின் பார்வையில் தான் நவகிரஹங்கள் சஞ்சரிக்கிறது. அதன் காரணமாகவே ஒரு செயலை கிரஹசாரம் என்று பொதுமொழியாகச் சொல்லப்படுகிறது. இந்தப் பதினைந்து நித்யா தேவிகள் என்பது.

1. காமேஸ்வரீ 2. பகமாலினி 3. நித்யக்லின்னை 4. பேருண்டா 5. வந்நிவாசினி 6. மஹாவஜ்ரேஸ்வரி 7. சிவதூதி 8. த்வரிதா 9. குலஸுந்தரி 10. நித்யா 11. நீலபதாகா 12. விஜயா 13. ஸர்வமங்களா 14. ஜ்வாலா மாலினீ 15. சித்ரா என்ற பெயருடன் விளங்குகிறார்கள்.

இவர்களே சாதகனின் சாதனைகள் கிருஹத்தின் சாரத்தினால் பாதிக்கப்படாமல் காத்து ரக்ஷித்து சகல சம்பத்தையும் அளித்து அருள் புரிகிறார்கள்.

ஒன்பதாவது ஆவரணம் - பிந்து

இது ஸ்ரீ சக்ரத்தின் மத்தியில் இருக்கும் பிந்து என்ற வடிவமாகும். இதில் காமேஸ்வரரும், காமேஸ்வரியும் அதிகாரியாக விளங்குகிறார்கள். காமேஸ்வரர், தத் பத அந்தஸ்த்துடன் ப்ரஹ்மமாகவும் காமேஸ்வரீ த்வம் பத அர்த்தத்துடன் ஸாக்ஷி ரூபமாகவும் இருந்து ஐக்கியப்பட்ட நிலையை அடைந்து பரப்ரஹ்ம ஸ்வரூபம் அடைந்து இருக்கிறார்கள்.

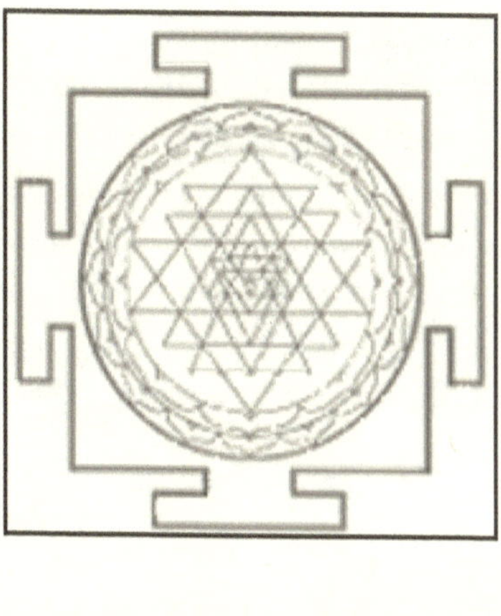

இதற்கு "ஸர்வாநந்தமய சக்ரம்" என்று பெயர். இதில் பராபட்டாரிகா ப்ரப்ரஹ்ம ஸ்வரூபமான ஸ்ரீ லலிதா மஹா திரிபுரஸுந்தரியை மாயையின் மயக்கம் என்ற கயிற்றில் கட்டப்பட்டு இருக்கும் மாயை என்ற கருப்பு பட்ட திரை இருக்கிறது. அதற்கு "திரஸ்கரணி" என்று பெயர். சர்வமாயையும் திரை விலகுவது போல் சர்வேஸ்வரி செய்வதால் திரஸ்கரணி என்ற பெயரை பெற்று, அதுவும் தேவியின் ஸ்வரூபமாகவே ஆகிறது.

தேவியிடமிருந்து உண்டான மாயசக்தி அவளுடைய சரீரம் போல் அமைந்திருக்கிறது. அவள் தன் சொரூபத்தை மாயையைக் கொண்டு மறைத்து வைத்திருக்கிறாள். அவள் அந்த மாயா திரையான திரஸ்கரணிக்குப் பின் இருந்து எல்லாக் காரியங்களையும் நடத்திக் கொண்டு பிறர் கண்ணில் படாமல் தான் மட்டும் எல்லாவற்றையும் பார்த்துக் கொண்டு இருக் கிறாள். அவளையே சரண் அடைந்து அடைக்கலம் புகுகின்றவர்களுக்கு, துணை காட்டுகிறாள். மெய்காட்சி தரும்போது பொய்யான மாயை மறைந்து போகிறது. அப்படி தேவி காட்சி தரும் போது எப்படி இருக்கிறாள்?

மல்லிகை, முல்லை போன்ற நறுமணப் பூக்களில் அலங்கரிக்கப்பட்ட பஞ்சப் ப்ரஹ்ம மஹாமச்சம், அதன்மேல் இலவம் பஞ்சு மெத்தையும், ஸதாசிவரூப பட்டு தலையணைகளுடன் கூடிய, சிவத்துவம் முதல் பிருதிவி தத்துவம் வரையிலான 36 தத்துவங்களை படிகளாகக் கொண்டு அழகுமிக்க மஞ்சத்தின் மீது, பாசம், அங்குசம், கரும்புவில், புஷ்பபாணம் ஆகியவற்றை நான்கு கைகளில் தாங்கி, அழகான பட்டு வஸ்திரம் தரித்து, பலவகையான நவரத்தினங்கள் இழைக்கப்பட்ட அழகிய ஆபரணங்களைப் பூண்டு, அழகுமிக்க மாதர்கள், வெண்சாமரம் வீசியும், அதே வீணாகானம் செய்தும், மேலும் பலவகையான உபசாரங்களும் செய்து கொண்டு சூழ்ந்து இருக்க, மஹாவைபத்தோடு காமேஸ்வரர் அமர்ந்து இருக்கிறார்.

அவரது இடது தொடை என்னும் மஹாபீடத்தில் த்ரிலோக மோஹினியும், பஞ்ச கிருத்தியங்களுக்கு காரணமானவளும், சாந்த ஸ்வரூபிணியாகவும், ஸகலலோக மாதாவும், குங்குமப்பூ போன்ற திருமேனியுடன் சிறப்புமிக்க வஸ்திரம் தரித்து, விவரிக்க முடியாத அழகுடைய ஆபரணங்கள் பூண்டு, எல்லா சக்ர தேவதைகளின் பரிவாரங்களுடனும், எல்லாவற்றிற்கும் நாயகியுமானவளும் நித்திய யௌவனத்துடன் “மஹாதிரிபுர சுந்தரீ” தேவி மஹா ஒட்டியாண பீடத்தில் அமர்ந்து சிவ சக்தி ஐக்கிய காம காமேஸ்வரியாக அரசாட்சி செய்கிறாள்.

***

8

நமது சரீரமும் ஸ்ரீ சக்ரமும்

தன்னையும், தன்னுடைய சரீரத்தையும், ஸ்ரீ குருவையும், பராசக்தியையும், மந்திரங்களையும் பூமி முதல் ஆகாசம் வரையிலும், ஸ்ரீ சக்ரத்தையும் ஒரே ரூபமாகக் கருத வேண்டும் என்பது ஸ்ரீ வித்யா உபாஸனையின் முக்கிய கருத்தும், தீர்மானமும், கடமையும், தத்துவமும் ஆகும்.

உடலும், உடலில் உள்ள பல தாதுக்களும் ஸ்ரீநகர மும், அதன் கோட்டைகளும் ஆகும் எனப்படுகிறது. பிண்ட அண்ட ஆகாசக் கோளங்களின் சுருக்கமே ஸ்ரீ சக்ரம். பூமி, ஆகாசம், சரீரம் ஆகியவைகளுக்கு மனமே ஆதாரமாக இருப்பதால் மனமே ஸ்ரீ சக்ரம் என்றாகிறது. அந்த மனதின் செய்கைகள், எண்ணங்கள் ஆகியவைகள் ஆவரண தேவதைகளாகவும், அந்த மனத்திற்கு சாக்ஷியாக விளங்குவதே பர தேவதை களாகவும் ஆகிறாள்.

பிண்டம் : சரீரத்தில் உள்ள தோல், ரத்தம், மூளை, தசைநார்கள், எலும்பு என்ற ஐந்தும் சக்தி மூலங்கள் என்றும்; ஜீவன், ப்ராணன், தேஜஸ், சுக்கிலம் ஆகிய நான்கும் சிவமூலம் என்று விளக்கப்பட்டு, இந்த ஒன்பதும் சேர்ந்த சரீரமே பிண்டம் என்று சாஸ்திரங்களில் விவரிக்கப்படுகிறது. அந்தச் சரீரத்தில் உள்ள ப்ராணன் பிரிந்ததும் பிண்டம் என்ற சரீரம் பிணம் என்றாகிறது.

அண்டம் : நிலம், நீர், காற்று, அக்னி (நெருப்பு), ஆகாசம் ஆகிய ஐந்தும் பஞ்சபூதங்கள் என்ற சக்தி மூலம். ஈஸ்வர தத்துவம், சதாசிவ தத்துவம், சுத்த வித்தை, மாயை என்ற நான்கும் சிவமூலம், இந்த ஒன்பதும் அண்டம் என்று கூறப்படுகிறது.

ஆகாச கோளம் : ஆகாசத்தில் உள்ள சூரிய, சந்திர, நவக்கிரஹ மண்டலங்கள் ஒன்பதாகப் பிரிக்கப்பட்டு அவைகளை ஒன்றாகச் சேர்க்க அது ஆகாச கோளம் அல்லது பூ கோளம் என்று சொல்லப்படுகிறது. இந்த ஒன்பதும் ஸ்ரீ சக்ரத்தின் ஒன்பது ரேகைகளாகிறது.

ஆகவே, பிண்டம், அண்டம், ஆகாச கோளம் ஒன்று சேர்ந்தது பிரஹ்மாண்டம் என்று அழைக்கப் படுகிறது. பிரம்மாண்டத்தை ஒரே ரூபமாகக் கருதுவது ஸ்ரீ வித்தையின் பரம ரகசியமும், சிதைக்க முடியாத தத்துவமும் ஆகும். அதன் காரணமாகத் தான் பிரஹ்மாண்டத்தை இயக்குவிக்கும் சக்தி அகிலாண்ட கோடி, பிரஹ்மாண்ட நாயகி என்று அழைக்கப் படுகிறாள்.

நமது சரீரத்தில் ஸ்ரீ சக்ரம் எந்த முறையில் அமைந்து இருக்கிறது என்பதைக் கவனிக்கும் போது:

1. பிரம்மரந்திரம் என்ற தலை உச்சி	பிந்து ஸ்தானம்	சிவமூலம்
2. சிரசு (தலை)	திரிகோணம் (மூன்று கோணம்)	சக்தி மூலம்
3. நெற்றி	அஷ்ட (எட்டு) கோணம்	சக்தி மூலம்
4. புருவமத்தி	உள்பத்து கோணம்	சக்தி மூலம்
5. கழுத்து	வெளிபத்து கோணம்	சக்தி மூலம்
6. ஹ்ருதயம் (மார்பு)	பதினான்கு கோணம்	சக்தி மூலம்
7. தொப்புள்	அஷ்ட (எட்டு) தளபத்மம்	சிவமூலம்
8. இடுப்பு	பதினாறு தள பத்மம்	சிவமூலம்
தொடைகள்	மூன்று வட்டங்கள்	----
9. பாதம்	பூபுரம்	சிவமூலம்

என்ற முறையில் சரீரத்தில் வெளிப்படையான அங்கங்களில் ஸ்ரீ சக்ர பாவனை சொல்லப்படுகிறது. அடுத்து சரீரத்தில் உள்ள ஆதாரங்களில் ஸ்ரீசக்ரம் அமைகிறது என்பதை பார்க்கும் போது:

1. மூலாரத்தின் கீழ் உள்ள பாகம்	பூபுரம்	சிவமூலம்
2. மூலாதாரத்திற்கும் பின் தொடைக்கும் இடைப்பட்டது (விஷு)	பதினாறு இதழ் கமலம்	சிவமூலம்
3. மூலாதாரம் தொப்புள்	எட்டு இதழ் கமலம்	சிவமூலம்
4. ஸ்வாதிஷ்டானம் இருதயம்	பதினான்கு கோணம்	சக்திமூலம்
5. மனிபூரகம் கழுத்து	உள்பத்து கோணம்	சக்திமூலம்
6. அநாஹதம் (புருவ மத்தி)	வெளிபத்து கோணம்	சக்திமூலம்
7. விசுக்தி நெற்றி	எட்டு கோணம்	சக்திமூலம்
8. இந்திர யோனி (உள்நாக்கு)	மத்திய முக்கோணம்	சக்திமூலம்
9. ஆஞ்ஞை (தலையின் நடு)	பிந்து	சிவமூலம்

ஸ்ரீ சக்ரமே பரதேவதையின் தேர் என்று சொல்லும் போது நமது சரீரத்தை ஸ்ரீ சக்ர பாவனையில் கருதி செயல்பட நமது தேகமே பர தேவதையின் தேர் என்று சொல்லவும் வேண்டுமோ! மூலாதாரத்தின் கீழ் உள்ள சிவமூலத்தில் தேங்கி இருக்கும் சக்தியை அல்லது ஆற்றலை உபாஸனையால் தட்டி எழுப்ப வேண்டும்.

"நாம் வழக்கத்தில் ஒருவர் சும்மா இருப்பதை சிவனே என்று இருக்கிறான் என்றும், அலட்டிக் கொள்ப வனை சிவனேன்னு இரு" என்றும் சொல்லுகிறோம் அல்லவா! அந்த

சிவத்தை உபாஸனையால் தட்டி எழுப்ப 'குண்டலினி' சக்தியாக மாறி உயிர்பெற்று எழுந்து, முதுகுதண்டின் உள் உள்ள ரேகை வழியாக ஸ்வாதிஷ்டானம், மணிபூரகம், அநாகதம் என்ற ஆதாரங்களை அடைந்து மத்திய முக்கோணம் என்று சொல்லப்படும் உள் நாக்கு வழியாக ஸ்ரீ குருவின் கிருபாகடாக்ஷத்தால் ஆஞ்ஞை என்ற நடுத்தலையான பிந்து ஸ்தானத்தில் பரப்ரஹ்ம சிவமாகி, ஸர்வ ஆத்ம சக்தியான பரதேவதையாக ஆகிறது. இதற்கு முதற்படி யாக மனதை ஒன்றுபடுத்தி ஒருநிலை அடைவது அவசியமான தாகிறது.

"ஜகதீச சந்திரவசு என்ற ஒரு விஞ்ஞானி இருந்தார். அவர் நெடுங்காலம் ஆராய்ச்சி செய்து மனிதர் களுக்குள்ள உணர்வுகள் எல்லாம் மரம், செடி, கொடிகளுக்கும் உண்டு என்று நிரூபித்து காட்டினார். அதைக் கண்டு அவருடைய நண்பர்கள், இது எப்படி உம்மால் முடிந்தது என்று கேட்டார்கள். அதற்கு அவர் மனதை ஒருமுகப்படுத்தி பாவனையில் நானே செடியானேன் என்று கூறினார். இதிலிருந்து ஒருமுகப்படுத்தப்பட்ட மனதின் ஆற்றல் எப்படிப்பட்டது என்று தெரிகிறது அல்லவா?"

"மூல மந்தராத்மிக மூலகூடத்ரயகலேபரா" என்று பரதேவதையைக் கூறுகிறோம். மூல மந்தரமான மஹா மந்தரத்தை நமது சரீரத்தில் நியாஸம் செய்து தேகமே பரதேவதை என்ற உணர்வு அடையப் பெறுகிறது. தேகத் தின் ஆதாரமான மனதின் நிலை ஒன்பதாகப் பிரிக்க, ஒன்பது ஆவரணம் என்றும் மனதின் எண்ணங்கள் ஆவரண தேவதைகளாகவும் விமர்சிக்கப்படுகிறது. அந்த மனதின் எண்ணங்களால் ஏற்படும் அவஸ்தைகள் யாவும் சித்சக்தியின் சக்தி ஆனபடியால் அவைகள் யோகிகள் என்ற பெயர் பெற்று ஒன்பது யோகினி தேவதை ஆகிறார்கள்.

பிராண பிரதிஷ்டை

எங்கும் வியாபித்து இருக்கும் சக்தியை பிராண னுக்கு பிராணனாகவும், மனதுக்கு மனமாகவும், கல்லிற்குள் தேரைக்கும், கருப்பையில் உயிருக்கும் உயிராகவும் எந்த சக்தி விளங்குகிறதோ அந்த சக்தியை நமது பிராணனில் இருந்து

வெளிக் கொண்டு வந்து, தன் உடல், பொருள், ஆவி எல்லாம் நீயே என்றும், நீயே நான், நானே நீ என்று ஹம்ஸ: ஸோஹம்: ஸோஹம் ஹம்ஸ: சிவ: என்ற தன்மையை ஒரு மூர்த்தியின் உருவத்திலோ, சக்ரத்திலோ அல்லது கலசத்திலோ நியமிப்பது ப்ராண பிரதிஷ்டையாகிறது. அப்படி எந்தப் பொருளில் பெயர் நீங்கி, பிரதிஷ்டை செய்யப்படும் தேவதையாக மாறுகிறது. அப்படிப்பட்ட தேவதையை தன் பூஜையின் பொருட்டு எழுந்தருள வேண்டும், நிலைக்க வேண்டும், அருகில் இருக்க வேண்டும், ஒன்று கலந்து இருக்க வேண்டும், மறைந்து இருக்க வேண்டும் என்று ஆவாஹி தோபவா போன்ற மந்தரங்களால் வேண்டப்படுகிறது.

காற்று எங்கும் நிறைந்து இருந்தாலும், ஒரு சாதனத்தைக் கொண்டு (பம்பு) தான் டியூப்பில் நிரப்ப வேண்டி இருக்கிறது. அதுபோலத்தான் சக்தி எங்கும் நிறைந்து வியாபித்து இருந்தாலும் மனம் என்ற சாதனத்தின் மூலமாக பூஜை என்ற சாதனத்தின் மூலமாக பூஜை என்ற செய்கையால் நிரப்புவதே பிராணப் பிரதிஷ்டை என்று கூறப்படுகிறது.

❋❋❋

9

மனதின் எண்ணங்களும் ஸ்ரீ சக்ர ஆவரணமும்

இதுவரையில் ஸ்ரீ சக்ரமும் நமது சரீரமும் என்பதைப் பற்றி பொதுவாகக் கூறப்பட்டது. இனி ஸ்ரீசக்ர ஆவரண தேவதைகள் மனதின் நிலை, இடம், செய்கைகளைப் பற்றியும் எந்த முறையில் இருக்கிறார்கள் என்பதைப் பற்றியும் அறிவது அவசியமாகிறது.

எங்கும் பரிபூர்ணமாக வியாபித்தும், மந்திரங் களிலும், சக்ரத்திலும், தேகத்திலும் பரவியுள்ளபடியால் 'அம்ருதாம் யோநிதி' என்று கூறப்படுகிறது. அதற்கு காரணமான தேகமே 'நவரத்தின தீவு' என்றாகிறது.

சரீரத்தில் உள்ள மாம்ஸம், ரோமம், தோல், ரத்தம், சுக்கிலம், மஜ்ஜை, எலும்பு, மேதை (நரம்பு), ஓஜஸ்ஸீ என்ற ஒன்பது தாதுக்களும் புஷ்பராகம், நீலம், வைடூரியம், பவழம், முத்து, மரகதம், வஜ்ரம், கோமேதகம், பத்மராகம் என்ற நவரத்தின ப்ரகாரம்.

உள்ளத்தை ஆகாசமாகவும், மனதை வாயுவாகவும், புத்தியை அக்னியாகவும், மூளையை ஜலமாகவும், அஹங்காரத்தைப் பூமியாகவும் பாவிக்கும் போது காதினால் கேட்கும் சப்தம் உள்ளத்தை அடைவதால் 'ஸந்தான வாடிகை' ஆகிறது. தோலில் தொடும் உணர்ச்சி (ஸ்பர்ஸம்) யால்

அஹங்காரம் என்பதை 'ஹரி சந்தன வாடிகை' என்றும், கண்களால் பார்க்கப்படும், ரூபம் புத்தியை அடைவதால் 'மந்தார வாடிகை' என்றும் நாக்கினால் உணரப்படும் ருஜி (ரஸம்) மூளையை அடைவதால் 'பாரிஜாத வாடிகை' என்றும், நுகரப்படும் வாசனை அல்லது மணம் மனதை அடைவதால் 'கதம்ப வாடிகை' என்றும், இவைகளின் தன்மைகள் 'கற்பக விருக்ஷங்களாக' ஆகிறது.

முதல் ஆவரணம்

இனிப்பு, புளிப்பு, கசப்பு, உறைப்பு, துவர்ப்பு, கார்ப்பு என்று நாவினால் உணரப்படும் உணர்வான ரஸங்களே ஆறு ருதுவாகிறது.

தர்ம முறையான சிருங்காரம், ஹாஸ்யம், வீரம், கருணை, பயானகம் (இரக்கம்), ரௌத்தரம் (கோபம்), பீபத்ஸம் (துக்கம்), அற்புதம், சாந்தி என்ற ஒன்பதும் அணிமா, லகிமா, மஹிமா, ஈஸித்வ, வஸித்வ, ப்ரகாம்ய, புத்தி, இச்சா, ப்ராப்தி, ஸர்வகாம ஸித்தி என்ற ஒன்பது தேவதைகள் ஆவார்கள். இது ஸ்ரீ சக்ரத்தின் முதல் ரேகை.

காமம், குரோதம், லோபம், மோகம், மதம், ஆச்சர்யம், புண்ணியம், பாவம் ஆகிய எட்டு குணங்கள் 1. ப்ராஹ்மீ 2. மாஹேஸ்வரீ 3. கௌமாரீ 4. வைஷ்ணவீ 5. வாராஹி 6. மாஹேந்தரீ 7. சாமுண்டா 8. மஹாலக்ஷ்மி என்ற பெயருடைய 'மாத்ருகா சக்தி'களாக இரண்டாவது ரேகையில் இருக்கிறார்கள்.

தேகத்தில் உள்ள 1. மூலாதாரம் 2. ஸ்வாதிஷ்டா னம் 3. மணிபூரகம் 4. அநாஹதம் 5. விசுக்தி 6. ஆஞ்ஞை என்ற ஆறு ஆதாரங்களிலும் 7. மூலாதாரத்தின் கீழ் இருக்கும் குள ஸஹஸ்ரமும், 8. சிரஸில் உள்ள அகுள ஸஹஸ்ரமும், 9. இந்திர யோகி என்ற உள்நாக்கும் 10. இவைகளின் சேர்க்கை ஒன்றும் சேர்ந்து பத்து ஆதாரங்களாக 'ஸர்வஸம்க்ஷோபினி முதல் ஸர்வதிரிகண்ட' வரை பத்து முத்ரா சக்திகளாக பூபுரத்தில் மூன்றாவது ரேகையில் இருக்கிறார்கள்.

இரண்டாவது ஆவரணம்

நிலம், நீர், நெருப்பு, காற்று, ஆகாசம் என்ற ஐந்தும் கண், காது, நாக்கு, வாய், கை, கால், பாய (மலத்துவாரம்), உபஸ்தம் (உற்பத்தி ஸ்தானம்), தோல், ஆக்கிராணம் என்ற பத்தும் பலவித விஹாரங்களை அடையக்கூடிய தன்மை ஒன்றும் சேர்ந்து பதினாறா கிறது. இந்த பதினாறும் பதினாறு இதழ் கமலத்தில் 'காமாகர்ஷிணி முதல் சரீராகர்ஷினி' என்ற தேவிகளாக இருக்கிறார்கள்.

மூன்றாவது ஆவரணம்

ஒருவர் பேசுவதும், நல்லவைகளை ஏற்பதும், நடத்தல், கழித்தல், ஆனந்தமாக இருப்பதுமான ஐந்தும் சரீரத்தின் கர்மேந்திரயங்களின் செய்கையும்; விட்டுக் கொடுக்கும் தியாக புத்தி, சொல்லைக் கிரஹிக்கும் புத்தி, வேண்டாததை விட்டு விடும் புத்தி என்ற மூன்றும் சேர்ந்து எட்டு செய்கைகளாக தினசரி வாழ்க்கையில் நடப்பவைகள். இவைகளின் செய்கையால் ஏற்படும் நன்மை, தீமைகளை 'தினப்பிரளயம்' என்று சாஸ்திரம் கூறுகிறது. இவைகளை 'ஹம்' என்ற சிவபீஜமாக அமைகிறது. சிவதத்துவ ரூபமாகவும் இருக்கிறது. இந்த எட்டு விதமான செய்கைகளையும் எட்டுதள பத்மம் என்ற 'ஸர்வஸம் க்ஷோபன சக்ரத்தில்' உள்ள அனங்க குசுமாதேவி முதல் அனங்கமாலினி தேவி வரை எட்டு தேவிகள் 'குப்ததர யோகினிகள்' எனப்படுகிறார்கள். இவர்கள் தினப்பிரளயம் என்பதை நல்ல முறையில் அமைத்து, ஆத்ம வித்தையில் முன்னேற உதவும் தேவியான எட்டு பேர்களும் கண்டிப்பானவர்கள் என்ப தால் சாதகன் கடுமையாகவும், கண்டிப்பாகவும் நடந்து கொள்ள வேண்டும் என்று அறிவிக்கப்படுகிறது.

நான்காவது ஆவரணம்

நாசித் துவாரத்தில் சுவாதிப்பதை இடை, பிங்களை என்றும் அவற்றை ஒரு நிலையில் வைப்பதை சுஷும்னை என்றும் கூறப்படும் மூன்றுடன் சரஸ்வதி, சங்கீனி, பூஷா, காந்தாரி, பயஸ்வினி, யசோவதி, ஹஸ்திஜிவ்வை, வாரனா, விச்வோதரீ, குஹீ, அலம்புஸா என்ற பதினான்கு நாடிகள்

நமது சரீரத்தில் ஓடிக் கொண்டு இருக்கிறது. அந்த நாடிகளின் தன்மையால் ஏற்படும் செய்கைகளே ஞானமார்க்கத்தில் ஈடுபடுபவர்களுக்கு நன்மை ஏற்படுத்தக் காரணமாகவும் இருக்கிறது. இந்த நாடிகளை 'ஸர்வஸம்க்ஷோபிணி முதல் ஸர்வதவந்த் வக்ஷயங்கரி' என்ற பதினான்கு 'ஸம்பரதாய யோகினி களாக' 'ஸர்வஸௌபாக்கிய தாயகம்' என்ற பதினான்கு இதழ் சக்கரத்தில் இருக்கிறார்கள்.

ஐந்தாவது ஆவரணம்

பிராணன், அபானன், வியானன், உதானன், ஸமானன், நாகன், கூர்மன், கிருகரன், தேவநந்தன், தனஞ் செயன் என்ற பத்து வாயுக்களே வெளிபத்து கோணத்தில் வைத்து ஸர்வ ஸித்திப்ராதா முதல் ஸௌபாக்கிய தாயினீ வரையில் உள்ள பத்து தேவிகளும் 'குளோத் தீர்ண யோகினிகள்' என்ற பெயருடன் விளங்குகிறார்கள். பஹிர்த்தசாரம் என்ற இந்த சக்ரத்தின் நாயகியாக 'திரிபுராஸ்ரீ' விளங்குகிறாள்.

இந்த ஆவரணத்தில் ஸத்குருவை அடையப்பெற்று ஸம்ஸார பந்தம் நிவர்த்தி செய்யப்பட்டு ஜீவன் வேறு, ப்ரஹ்மம் வேறு என்ற துவைதபாவம் நீங்கி அவித்தை என்பது நீங்கி, ஞானமார்க்கத்தின் மேல் செல்ல வழியானதாக இந்த ஆவரணம் அமைவதால் இதற்கு மேல் உள்ள ஆவரணங்கள் இங்கு விளக்கப்படத் தேவையற்றதாக ஆகிறது. இந்த ஆவரண விளக்கம் ஸ்ரீசக்ரம் என்ற பகுதியில் கண்டு தெரிந்து கொள்ளவும்.

மேலே விவரிக்கப்பட்ட தன்மையில் ஸ்ரீ சக்ரத் திற்கும், தன் சரீரத்திற்கும் எந்த வேறுபாடும் இல்லை என்று எந்த சாதகன் ஸ்ரீகுருவின் உபதேச மகிமையால் உணர்கிறாரோ அவருக்கு ஞானம் பிறக்கிறது. அப்படிப்பட்ட பேதம் இல்லை என்ற எண்ணம் அடையும் போது தத்துவமஸி, அஹம் ப்ரஹ்மாஸ்மி என்ற மஹா வாக்கியத்தின் நிலையை சாதகன் அடைகிறான். அந்தத் தன்மையின் காரணமாக ஸர்வ ஸித்திகளும் தானாகவே அவனுக்கு ஏற்படுகிறது.

மனம் கட்டுப்படாது அலையும் தன்மை உடையது. அதனை அப்பியாசத்தாலும், வைராக்கியத்தாலும் அடக்கலாம்.

அப்பியாஸம் என்பது பழக்கம். பழக்கத் தால் தன்னை எப்படி வேண்டுமானாலும் அமைத்துக் கொள்ளலாம். இந்திரியங் களால் ஏற்படக்கூடிய கேடுகளை மனது ஞாபகமூட்டி அந்தக் கெடுதியில் இருந்து மனதை மீட்பது வைராக்கியம். ஆகவே அப்பியாஸம் என்ற சாதனையை வைராக்கியத்துடன் தொடருபவனே ஆத்ம சாதனத்துக்கு யோக்கியதை உடையவனாகிறான்.

“நீர் பானையில் சிறு துவாரம் ஒன்று இருந்தாலும் அதன் வழியாக பானையில் உள்ள நீர் எல்லாம் ஒழுகப் போகிறது. அதுவோல சாதகனின் மனதில் உலகப் பற்று வெகுகுறைவாக இருந்தாலும் அவனுடைய முயற்சி எல்லாம் வீணாகிவிடும்”.

❋❋❋

10

ஸ்ரீ இராமகிருஷ்ண பரமஹம்சரின் உபதேசம்

ஒரு சிசு தாயின் கர்ப்பத்தில் இருக்கும் போது அதற்குத் தேவையான வைகள் தாயிடம் இருந்து இயல்பாக வருகிறது. சிசு பிறந்த பிறகு தாயைத் தஞ்சம் அடைவதால் தாய் உணவை ஊட்டுகிறாள். அதுபோல சாதகன் பக்தியையும், சிரத்தையும், விடா முயற்சியையும் ஒன்றுபட்ட எண்ணத் துடன் தொடங்கும் போது ஜெகத்தின் தாயான அன்னை பராசக்தியின் மூலமாக இயல்பான ஞானமார்க்கத்தின் முன்னேற்றம் படிப்படியாகத் தொடங்கு கிறது. அது முற்றியவுடன் சாதகன் தனக்கும், ஸ்ரீ சக்ரத்திற்கும், ஸ்ரீ குருவிற்கும், ஸ்ரீ தேவிக்கும் வித்தியாசம் அற்ற நிலை என்பதை அன்னை பராசக்தி உணவாக ஊட்டிவிட்டு, சாதகனின் யோக க்ஷேமத்தைக் கவனித்துக் கொள்கிறாள். சாதகன் தேவியைச் சரண் அடைய ஒரு அடி வைத்தால் தேவி சாதகனை நோக்கி பத்து அடி வைக்கிறாள் என்பது நன்கு தீர்மானம் ஆகிறது.

புதியதாக ஈன்ற கன்றுகுட்டி தத்தி தத்தி நடக்க ஆரம்பித்து, பல தடவைகள் கீழே விழுகிறது. பின் துள்ளித் திரிய ஆரம்பிக்கிறது. அதுபோல ப்ரஹ்ம வித்தையில் உடன் சித்தி என்ற பலன் இல்லாவிட்டாலும், விழும் கன்று போல பல பிறவிகளை அடைந்து முடிவில் தன்னுடைய சங்கல்ப பலத்தால் சித்தி அடையலாம் என்பது சித்தாந்தம்.

ஆகவே, மனதை வில்லாக்கி, ஜீவனை அம்பாக வைத்து, உபாஸனையால் கூர்மையடையச் செய்து, ப்ரஹ்ம பாவனையைச் சித்தத்தில் நிறுத்தும் நாணை ஏற்றி, திட சித்தம் என்ற வைராக்கியத்தால் இழுத்து, பீஜா அக்ஷரத்தால் அம்பை விட அது லக்ஷியத்தை அடைந்து சிவம் என்றதை உணர்த்த மஹா மஹா தேவியான சர்வேஸ்வரி சாதகனின் சித்தத்தில் ஏற்படும் பேதங்களை அகற்றி, பேரானந்தக் கடலாக விளங்க அருள் பாலிக்கிறாள்.

கருத்துரை

எந்த சக்தியினால் உயிரினங்கள் எல்லாம் விளங்குகிறதோ, எந்த சக்தி இச்சை, கிரியை, ஞானம் என்ற வடிவங்களுடன் காணப்படுகிறதோ, அந்த சக்தியே சர்வ சக்தியாகிய அன்னை பராசக்தி. எல்லா உயிர்களையும் படைத்து, காத்து, அழித்து, மறைத்து அருள் பாலிக்கிறாள். இவ்வாறு பஞ்ச கிருத்யங்களைச் செய்யும் பராசக்தி ஜெகன் மாதாவாக ஆகிறாள்.

"க்ரீடாதே லோக ரசநா ஸகாதே சிந்மய: சிவ:
ஆஹாரஸ்தே ஸதாநந்த: வாஸந்தே - ஹ்ருதயம் மம".

அன்னையே, இந்த உலகப் படைப்பு உமக்கு விளையாட்டு. உமது நண்பன் மஹாதேவன், உமக்கு உணவு ஆனந்தம், நீ வசிக்கும் இடமோ அடியேனுடைய இதயக் கோவில் என்ற பொருளை இந்த ஸ்லோகம் கூறுகிறது.

ஒன்று என்ற ஏகப்பொருள்
இரண்டு என்ற சிவசக்தியாகி
மூன்று என்ற மும்மூர்த்தியாகி
நான்கு என்ற நான்கு வேதமாகி
ஐந்து என்ற பஞ்சபூதமாகி
ஆறு என்ற ஆறு ஆதாரமாகி
ஏழு என்று ஸப்த ரிஷியாகி
எட்டு என்று அஷ்ட திக்குகளாகி
ஒன்பது என்ற நவகிரஹங்களாகி

இந்த ஈரேழு உலகங்களையும் ஆட்சி புரியும் அன்னை பராசக்தியே, குருவின் கருணையாலும் கடாக்ஷத்தாலும் உன்னைத் தெரிந்து கொள்ளக் கூடிய ஞானத்தை அருள ப்ரார்த்திக்கிறோம்.

❋❋❋

11

குழந்தைச் செல்வமருளி குதூகல வாழ்வருளும் ஸ்ரீ யோக மாயா புவனேஸ்வரி பீடம்

"அமிழ்தினும் ஆற்ற இனிதேதம் மக்கள்
சிறுகை அளவிய கூழ்"

"குழலினிது யாழினிது என்பர் தம்மக்கள்
மழலைச் சொல் கேளாதவர்"

என்று மக்கள் செல்வத்தைப் பற்றிக் கூறுகிறார் திருவள்ளுவர். ஒரு கிண்ணத்தில் மல்லிகைப் பூவைப் போன்ற சாதத்தைப் போட்டு அதில் சிறிதளவு பருப்பைப் போட்டு அதில் மணக்கும் நெய்யையும், ஊற்றித் தன் குழந்தையிடம் கொடுத்தாள் தாய். அந்தப் பிஞ்சுக் குழந்தையும் தன் சின்னஞ்சிறு விரல்களால் அந்தச் சோற்றிலிருந்து ஒரு கைபிடி எடுத்து தன் வாயில் போட்டு விட்டு, மீண்டும் அந்தச் சோற்றைப் பிசைந்து பிசைந்து வாய்க்கும் கைக்குமாகக் கொண்டு சென்று சிறிது நேரம் விளையாடிக் கொண்டிருந்து விட்டு, "வேண்டாம் போ" என்று சொன்ன பிறகு அந்தச் சோற்றை அந்தத் தாயே எடுத்து உண்டு மகிழ்ந்து அமிழ்தினும் இனியதான அதை எண்ணி இன்புறு வாளாம். குழந்தையுடைய மழலைச் சொற்களானது குழலினிமையும், யாழ் இனிமையும் விஞ்சிடும் என்கிறார் வள்ளுவப் பெருந்தகை.

குறிப்பிட்ட காலத்தில் ஒரு பெண்ணுக்கு மழலைச் செல்வம் கிட்டாவிடில், அந்தப் பெண்ணுக்குத்தான் எத்தனை ஏச்சு பேச்சுக்கள், இழிசொற்கள். சொந்தக் காரர்களும், அக்கம் பக்கத்தினரும் ஏளனம் செய்வதும், மலடி என்று சொல்வதும் அந்தப் பெண்களின் நெஞ்சில் சோகச் சுமையை ஏற்படுத்தி தாங்கொணாத துயரத்தை ஏற்படுத்தும். உடற் கோளாறு, அல்லது ஜாதகக் கோளாறு இவற்றால் குழந்தையின்மை ஏற்படலாம்.

கருணாமயி : பிரார்த்தனைகளின் மூலம் பெறக்கூடிய தெய்வ அருள்தான் இத்தகைய பெண்களின் உள்ளங்களில் பால் வார்த்து மகிழ்ச்சியைத் தோற்று விக்கும். அத்தகைய அருள் தருவதில் முன்னிற்பவள் அன்னை புவனேஸ்வரி தேவி.

அல்லற்பட்டு ஆற்றாது அழுது தவிக்கும் மக்களின் விழிநீரைத் துடைத்து அவர்களுக்கு அனைத்து நலன்களையும் வாரி வழங்குபவள் அன்னை புவனேஸ்வரி தேவி.

சென்னை அம்பத்தூர் ரெட்ஹில்ஸ் சாலையில் கள்ளிக்குப்பத்தில் அமைந்திருக்கும் ஸ்ரீபரத்வாஜ் ஆசிரமத்தில் எழுந்தருளி அருள்பாலித்து வரும் புவனேஸ்வரி தேவியின் அருளைப் பெறுவதற்காக தினமும் ஆசிரமத்தில் கூடும் பக்தர்களின் எண்ணிக்கை நாளுக்கு நாள் பெரு வெள்ளம் போன்று கூடுகிறது. இந்தத் தேவியின் சக்தியே அனைவரின் வேண்டுதல்களை விரைவில் நிறைவேற்றித் தருகிறது. இந்தக் கருணாமயினது அருள் எதையும் சாதிக்கிறது.

இங்கு குவியும் அத்தனை பக்தர்களையும் அன்புடனும், கனிவுடனும் விசாரிக்கிறார். அருகில் அமர்த்தி, அக்கறை

யுடன் ஆறுதல் கூறுகிறார். தேவையான தக்க பரிகாரங்களைத் தம் ஞான திருஷ்டியினால் கணித்துச் சொல்கிறார். அவர்களது குறைகளைப் போக்குவதையே தனது முதன்மையான குறிக்கோளாகக் கொண்டிருக்கிறார். தாமே முன்னின்று பூஜைகளைச் செய்து அவர்களுக்கு வேண்டிய வரத்தை அம்மனிடம் பெற்றுத் தருகிறார் ஸ்ரீபரத்வாஜ் சுவாமிகள். ஆர்வமுடனும், அக்கறையுடனும், கண்ணும் கருத்துமாக அவர் ஓய்வு ஒழிவின்றிச் செயல்படுகிறார்.

அன்னதானமும் கோசம்ரக்ஷணமும் : இந்த ஆசிரமத்தில் அதிசயங்கள் நடக்காத நாளே இல்லை என்று மந்திர சாம்ராட் ஸ்ரீபுவனேஸ்வரி சுவாமிகளே அம்பிகை புவனையின் அருளைப் போற்றுகிறார். இங்கு நவராத்திரி மிக மிகச் சிறப்பாகவும் கோலாகலமாகவும் ஸ்ரீபரமஹம்ஸ பரத்வாஜ் சுவாமிகளால் நடத்தப்பெறுகிறது.

ஆறாயிரம் பேருக்கு சேலை தானம் சுவாமிகள் தன் திருக்கரங்களால் அளிக்கிறார். தினந்தோறும் 2000 பேர்களுக்கு அன்னதானம் வழங்கப் பெறுகிறது. காலையில் சிற்றுண்டி, மதியம் சுவைமிகும் கல்யாணச் சாப்பாடு, இரவில் அறுசுவை மிகும் டிபனும், தயிர் சாதம், சாம்பார் சாதம் முதலியன. பலவிதமான இனிப்பு பட்சணங் களுடன் தரப்படுகிறது.

அன்னதானமும், கோ பூஜையும் வெகு சிறப்பாக இங்கு நடைபெறுகின்றன. கோசம்ரக்ஷணமும், அன்னதானமும் சுவாமிகளின் இரண்டு கண்கள் போன்று திகழ்கின்றன. அவரிடம் வந்தால் விடிவுகாலம் பிறக்கும் என்று நம்பி வருபவர்களை சுவாமிகள் கைவிடுவதில்லை. அவர்களது துயரங்களைக் காது கொடுத்து பரிவோடு கேட்டு அவற்றைத் தீர்த்து வைக்கிறார். எத்தனை பேர்கள் ஆசிரமத்திற்கு எப்போது வந்தாலும் அன்னம் சாப்பிட்டு விட்டுத் தான் செல்ல வேண்டும் என்பது அவரது முக்கியமான பண்பு.

உடல் உபாதைகள் அவருக்குப் பெரிதில்லை. வந்தவர்கள் நன்கு உபசரிக்கப்பட வேண்டும். அவர்களது கோரிக்கைகள் ஈடேற வேண்டும் என்பது அவரது தலையாய பணி ஆகும். என் தந்தையும் குருவுமான ஸ்ரீ புவனேஸ்வரி சுவாமிகள் என்னை ஈன்றதே அதற்காகத்தான். எனக்கு

அவரிட்ட பணியை நான் என் மனப்பூர்வமாக முழுக் கருத்துடன், ஆர்வமுடன் செய்வதே என் கடமை. நான் என்னை அதற்காகவே அர்ப்பணித்து கொண்டுள்ளேன். இதுவே என் வாழ்க்கையின் லட்சியம். இங்கு வந்தோர் தம் குறைகள் எல்லாம் தீர வேண்டும் என்றே அத்தனை விசேடமான, துல்லியமான நுணுக்கங்களுடன் கூடிய பூஜைகள் எனக்கு என் குருநாதர், என் பிராணநாதரான தந்தையார் கற்றுத் தந்துள்ளார். எனவேதான் இங்கு வந்த யாரையும் ஸ்ரீ யோகமாயா புவனேஸ்வரி கைவிடுவதில்லை என்று ஸ்வாமி கூறுகிறார்.

குழந்தை வரம் பெற்றோமே : அம்பத்தூரில் வாழ்பவர் யசோதா அம்மாள், அவரது மகள் பெயர் பத்மாவதி. 25 வயதாகிறது. தற்போது, பத்மாவதிக்கும் ஆனந்தனுக்கும் ஸ்ரீ பரத்வாஜ் சுவாமிகளின் அனுகிரஹத்தால் 10.12.2014ம் தேதி கல்யாணம் ஆனது. பின்னர் ஐந்து மாதம் கழித்து அவள் கருத்தரித்தாள். பின்னர் ஐந்து மாதம் சென்றதும் அவளை பரிசோதித்த பெண் மருத்துவர், அவளுக்கு ஸ்கேன் செய்து பார்த்தால், நல்லது எனத் தெரிவித்ததன் பேரில் மைலாப்பூரில் ஸ்கேன் செய்து பார்த்தனர்.

ஸ்கேன் செய்த மருத்துவரும் எங்கள் பெண்ணுக்கு மருத்துவம் பார்த்து வந்த மருத்துவரும் அந்தக் குழந்தை முழுமையான வளர்ச்சி இல்லை என்றனர். 50% வளர்ச்சி தான் இருக்கிறது. எனவே குழந்தை பிறப்பது மிகக் கடினமாக இருக்கலாம். அல்லது ஏதேனும் குறையுடன் பிறக்கலாம் எனவும் சந்தேகித்து ஆலோசனை கூறினர். எங்களுக்கு மிகவும் வருத்தமாக இருந்தது. சிறிது நாள் பார்த்து பின் எடுக்கலாம் என்று சொல்ல முடியாது. எடுக்கறதா இருந்தா இப்பவே எடுக்கணும், இல்லையென்றால் ரிஸ்க் தான் என்று கூறிவிட்டனர்.

நான் உடனே ஸ்ரீபரத்வாஜ் சுவாமிகளை வந்து தரிசித்தேன். அப்போது 2015 அக்டோபர் மாதம் நவராத்திரி பூஜைகள் நடந்து கொண்டிருந்த தருணம். சுவாமிகள் அம்மா கவலைப்படாதேங்கோ, ஒண்ணும் பயப்பட வேண்டாம். பெண் குழந்தை நல்லபடி பிறக்கும். அம்பாள் காப்பாத்துவாள்

என்று ஆசீர்வதித்து ஹோம பஸ்மம் தந்து சாப்பிட்டு வரச் சொன்னார்.

ஆசிரமத்தில் அம்பாள் புவனேஸ்வரிக்கு அன்று சாற்றி இருந்த ஜடையைத் தந்தார். அதையும் கொண்டு வந்து என் பெண்ணிடம் தந்தோம். அவளுடன் அது வாடும் வரை வைத்திருந்தோம். தினமும் ஹோம பஸ்மத்தை பக்தியோடு என் பெண் சாப்பிட்டு வந்தாள். சற்று வயிற்றின் மீதும் தடவிக் கொண்டு வந்தாள். என்னைத் தவிர யாவரும் வீட்டில் மிகவும் பயந்து கொண்டிருந்தனர். ஆனால் எனக்கு சுவாமிகளிடம் மிகவும் அளவு கடந்த நம்பிக்கை உண்டு.

ரக்ஷை : ஏனெனில் சுவாமிகள் பூஜைகளின் போது ஆசிரமத்தின் விலாசமிட்டு ஸ்ரீபுவனேஸ்வரி சுவாமிகளின் படம் வரைந்த மஞ்சள் நிற துணிப்பைகளில் தான் பிரசாதம் தருவார்.

அதைத்தான் நான் எங்கும் எடுத்துச் செல்வேன். பணம், நகை எல்லாம் கூட அதில் தான் எடுத்துச் செல்வேன். ஒருமுறை நகைகள் வைத்து அதை எடுத்துச் சென்ற போது ஒரு ஹோட்டலில் தவறிப் போய் ஒரு கைமாறி கை மாறி அங்கேயே வைத்து விட்டு வந்து விட்டோம். ஒரு மணி நேரமான போது தான் நினைவிற்கு வந்தது. வழியில்தான் கவனித்தோம். உடனே ஹோட்டலுக்குத் திரும்பி வந்து முதலாளியைக் கேட்டோம். அவர் அடையாளம் கேட்டதும், நான் அந்த மஞ்சப்பை பரத்வாஜ் ஆசிரமத்தினுடையது என்றதும் அவர் அம்மா இதுவா பாருங்கள். நாங்கள் எதையும் திறக்கலை. சரி பார்த்து எடுத்துச் செல்லுங்கள் என்றார். எல்லாம் சரியாக இருந்தது.

எனது மனது துன்பப்பட்டு இரவில் தூக்கம் வரலை என்றால் கூட அதை தலைக்கு வைத்து படுத் தால் தூக்கம் வந்துவிடும். நானும் என்னுடன் வருபவர்கள் எல்லோரும் இந்தப் பைகளைப் பத்திரமாக வைத்து உள்ளோம். ஸ்ரீபுவனேஸ் வரி சுவாமிகளின் உருவமும், ஸ்ரீபரத்வாஜ் சுவாமிகளின் ஆசியும் அதில் கலந்து இருப்பதால் எங்களுக்கு ரக்ஷையாகவே அந்த மஞ்சள் பைகளை பலரும் கருதுகிறோம். அதிசய அனுபவங்கள் அதனால் பெற்றும் வருகிறோம். சுவாமிகள்

தந்த சிறுவேல் சூலம், புவனேஸ்வரி டாலர், துர்கா டாலர் எல்லாம் எங்கள் வீட்டில் வந்த பல கஷ்டங்களைத் தீர்ந்துள்ளன. எனவே இந்தக் குழந்தையும் நல்லபடி பிறக்கும் என்று நான் முழுவதுமாக நம்பினேன்.

நம்பினோர் கைவிடப்படார் : ஆம்! சுவாமிகள் கூறியது போல் அனைத்தும் நடந்தன. ஜனவரி *26*ம் தேதி *2016* அன்று பிரசவ வலி ஏற்பட, எங்கள் பெண்ணை பூந்தமல்லியில் மங்களம் ஆஸ்பத்திரியில் அட்மிட் செய்தோம். நல்லபடியாகக் குழந்தை பிறந்தது. பெண் குழந்தை. ஆம்! அம்பாளே வந்து பிறந்தது போல் நாங்கள் மகிழ்ச்சி உற்றோம். புவனேஸ்வரி என்று பெயரிட்டு, கூப்பிடும் போது மோக்ஷிதா என்று அழைக்கிறோம். குழந்தை நல்லபடி இருக்கிறாள் என்று அவர் கூறிய போது நா தழுதழுத்தது.

ஸ்ரீ பரத்வாஜ் சுவாமிகள் திரிகாலக் ஞானி என்பதும் அவர் மீது பக்தர்களின் அளவிட முடியாத நம்பிக்கையையும், ஸ்ரீபுவனேஸ்வரி தேவியின் மீது அன்பர்கள் கொண்டுள்ள பக்தியும் அளவிற்கரியது என்பதும் புலனாகிறது. அனைவருமே இப்படி நினைப்பதிலிருந்து இந்த ஆசிரமத்தின் பெருமையையும், சுவாமிகளின் அபூர்வ சக்தியும், அம்பாளின் கருணையையும் உணரலாம்.

மாங்கல்யம் காத்த ஸ்ரீபரத்வாஜ் சுவாமிகள் : சுமங்கலிகள் யாரும் வேண்டுவது மாங்கல்ய பிச்சையும், மடிப்பிச்சையும் தான். அப்படி எனக்கும் ஒரு கஷ்டம் வந்தது என்று அந்த யசோதா அம்மாள் தொடர்ந்தார். என் கணவர் பெயர் பெருமாள். *02.08.2016* ஆடி அமாவாசை அன்று இவருக்கு நெஞ்சுவலி என்று இரவு எட்டு மணி அளவில் அம்பத்தூர் மகாலட்சுமி மருத்துவமனையில் சேர்த்தோம். ஹார்ட் அட்டாக் தான் என்றனர் மருத்துவர்.

இவரைப் பரிசோதித்த மருத்துவர்கள் *48* மணி நேரம் ஆனால் தான் எதுவும் சொல்ல முடியும். ஸ்கேன், எக்ஸ்ரே முதலியன எடுக்க வேண்டும் என்றனர். அவர் ஒருநாள் முழுதும் ஐசியூவில் கண் திறக்கவில்லை. அன்று இரவு முழுவதும் நான் அம்பிகை புவனேஸ்வரியைத் தியானித்து,

குரு ஸ்ரீ பரத்வாஜ் சுவாமிகளை நினைத்து அம்மா காப்பாத்து என்று ஜெபித்த வண்ணண் இருந்தேன்.

மறுநாள் காலை அவரை சாதாரண வார்டிற்கு மாற்றினர். கண் விழித்து இருந்தார். மருந்தும் உணவும் ஊசி வழியே ஏற்றினர். அன்று இரவு எனக்கு தூக்கம் வரவில்லை. மறுநாள் ஆடிப்பூரம். எனவே அம்மா புவனேஸ்வரி குருஜியே நவராத்திரியில் நான் உங்கள் முன்னே சுமங்கலி ஆக அமர்ந்து பூஜை செய்ய வேண்டும். பூஜைகளைப் பார்க்கவும் வேண்டும் என்று வேண்டிக் கொண்டு ஸ்ரீ புவனேஸ்வரி பாலா, வாராஹி மந்திரங்களை ஜெபித்த வண்ணம் தூங்கிவிட்டேன்.

திடீரென்று என்னை ஒருவர் தட்டி எழுப்பினார். நான் கண் விழித்துப் பார்த்தேன். திடுக்கிட்டேன். ஒரு சிவப்பு ஆடை அணிந்து ஒருவர் 35 வயதிருக்கும். என்னை எழுப்பியுள்ளார். அவரது பேண்ட் சட்டையில் மஞ்சள் குங்குமம் ஆங்காங்கே சிதறி இருந்தது. அம்மா! இந்தாங்க பிரசாதம். குருஜி கொடுக்கச் சொன்னார் என்று மஞ்சள் குங்குமப் பாக்கெட்டுகளைத் தந்தார். இவருக்கும் நெற்றியில் குங்குமம் வைத்து விட்டு சென்று விட்டார். பதினாரு பேர் இருந்த வார்டில் எனக்கு மட்டும் தந்துவிட்டு அவர் சென்று விட்டார். அவர் குருஜி என்றதும் எனக்கு ஸ்ரீபரத்வாஜ் சுவாமிகள் தான் மனக்கண் முன் தோன்றினார்.

நான் கடிகாரத்தைப் பார்த்தேன். மணி இரவு 11.45. வெளியில் சென்று பார்த்தேன். அந்த செவ்வாடை மனிதரைக் காணோம். குருஜியின் கிருபையை நினைத்து வணங்கினேன். அப்புறம் தூக்கமே வரலை. காலையில் ஆறுமணிக்கு வீட்டிற்குச் சென்று குளித்து அனைவருக் கும் மஞ்சள், குங்குமம் கொடுத்து இரவில் நடந்ததைக் கூறினேன். ஆடிப்பூரம் ஆனதால் அம்பிகை புவனேஸ் வரிக்கும், ஸ்ரீபரத்வாஜ் சுவாமிகளுக்கும் மனதார நமஸ்காரம் செய்து மருத்துவ மனைக்குத் திரும்பி வந்தேன்.

மருத்துவர்கள் என்னை உடனே உள்ளே அழைத்து அம்மா! இனி கவலை இல்லை. உங்கள் கணவரை நீங்கள் நாளைக்கு வீட்டிற்கு அழைத்துச் செல்லலாம். அவருக்கு இருதயத்தில் அடைப்புள்ளது. ஆன்டியோபிளாஸ்ட் செய்தால்

போதுமானது. ஆபரேஷன் வேண்டியிருக்காது என்றனர். மாதக் கடைசியில் எம்.எம்.எம். ஆஸ்பிடலில் ஆன்டியோ பிளாஸ்ட் செய்தனர் மருத்துவர்கள். தற்போது என் கணவர் மிகவும் நன்றாக இருக்கிறார். ஒரு குறையும் இல்லை.

ஸ்ரீபரத்வாஜ் சுவாமிகளும், ஸ்ரீபுவனேஸ்வரியும் என் மாங்கல்யத்தை காப்பாற்றி விட்டனர் என்று பக்தியுடன் கண்ணீர் மல்கிட கை தொழுதார்.

அதிசயம் அநேகம் நடக்கும் ஸ்ரீயோகமாயா புவனேஸ்வரி பீடம்

துர்கா ப்ரபாவம்

துர்கேஸ்ம்ருதா ஹரஸிபீதி மசேஷ ஜந்தோ:
ஸ்வஸ்தை ஸ்ம்ருதா மதிமதீவ சுபாம் ததாளா!
தாரித்ர்ய துக்க பய ஹாரிணி கா தவதன்யா
ஸர்வோபகார கரணாய ஸதார்தர சித்தா!!

(ஸப்தசதி)

ஹே துர்காதேவி, உன்னை நினைத்தால் அனைத்து ஜீவர்களுக்கும் பயத்தைப் போக்குகின்றாய். சௌகர்ய மாய் இருப்பவர் நினைத்தால் அவர்களுக்கு மிகவும் நல்ல எண்ணத்தை அளிக்கின்றாய். வறுமை, துக்கம், பயம் இவற்றைப் போக்குபவளே! எல்லோருக்கும் எல்லா உபகாரங்களையும் செய்ய எப்போதும் தயை நிறைந்த சிந்தத்துடன் இருப்பவள் உன்னைத் தவிர வேறு யார் உளர்?

தாம்அக்னி வர்ணாம் தபஸா ஜ்வலந்தீம்
வைரோசனீம் கர்மபலேஷு ஜுஷ்டாம்
துர்காம் தேவீம் சரணமஹம் ப்ரபத்யே
ஸுதரஸிதரஸே நம:

(துர்கா ஸுக்தம்)

நெருப்பு போன்ற நிறமுடையவள். ஞானத்தினால் பிரகாசிக்கின்றவள், ஆன்மாவின் பலனை விரும்பி அந்தணர் முதலியோரால் உபாசிக்கப்படுபவள். அஷ்டாங்க யோகமாகிய சிரமம் மிகுந்த உபாயத்தால் அடையத் தகுந்தவள். ஸ்ரீ துர்கா

தேவியை இந்த ஸம்சாரமாகிய சாகரத்தினின்று கரையேற்ற வேண்டு கிறேன் என்று இச் ஸ்லோகங்களை விளக்குகிறார் ஸ்ரீபரத்வாஜ் சுவாமிகள்.

(கோ பூஜை : பித்ருக்கள் சாபம் நீங்கி அவர்களின் ஆசிர்வாதம் பெற, பித்ருக்கள் தோஷம் நீங்க, குல தோஷம் நீங்கி குல தெய்வத்தின் அருள் கிடைக்க, வம்சம் விருத்தியாகி குழந்தைச் செல்வம் கிடைக்க, பிரிந்த கணவன் மனைவி ஒன்று சேர்ந்து பிரேமையுடன் இருக்க, தரித்திரம் நீங்கி சுபீட்ச வாழ்வு வாழ, வியாபாரம் பெருகி வியாபார ஸ்தலத்திலும், இல்லங்களிலும் குபேர கடாக்ஷம் உண்டாக, செல்வச் செழிப்பு உண்டாக, நவக்கிரஹ தோஷம் விலக, குறிப்பாக சனிக்கிரகத் தொல்லை களிலிருந்து விடுபட நமது ஸ்ரீயோகமாயா புவனேஸ்வரி பீடத்தில் கோபூஜை மற்றும் கோதானம் செய்யுங்கள்".

***

12

ஸ்ரீ மகாலக்ஷ்மியே ஹ்ரீங்காரப் பொருள்

‘ஓம் ஐம்ஹ்ரீம் க்லீம் சாமுண்டாயை விச்சே” என்பது நவாக்ஷரீ மந்த்ரம் ஆகும். இந்த மகா மந்த்ரத்தில் “ஐம் ஹ்ரீம் க்லீம்” என்ற மூன்று சாக்தப் ப்ரணவங்கள் இருக்கின்றன. அதில் ஐம் என்பது மகா ஸரஸ்வதீபீஜம், இதை வாக்பவபீஜம் என்பர். க்லீட் என்பது மகாகாளி பீஜம், இதை காமராஜ பீஜம் என்பர் சாக்தர். இவ்விரண்டிற்கும் இடையில் மத்யமணியாய் பிரகாசிக்கும் ஹ்ரீம் என்பது மஹாலட்சுமி பீஜம். இதையே மாயா பீஜம் என்பர்.

துர்கா ஸூக்தத்தில் வரும் “தாம் அக்னிவர்ணாம்” என்பதிலிருந்து ரேபத்தையும் தஸோ ஜ்வலந்தீம் என்பதி லிருந்து ஈகாரத்தையும், வைரோசனீம் என்ப திலிருந்து ஹ காரத்தையும் இணைத்தே ஹ்ரீங்காரம் உருவாகி யிருக்கின்றது. இந்த ஹ்ரீம்காரத்தின் பொருளாய் உள்ளவள் மகாலட்சுமி. இவளே அனைத்து சக்தி களுக்குள்ளும் முதல்வி என “ஸர்வஸ்யாத்யா மகா லட்சுமீர் வரேண்யா சக்தி ருத்தமா” என்று தேவீ பாகவதம் பேசுகின்றது.

❋❋❋

13

துர்க்கையின் பல பெயர்கள்

இந்த மஹாலக்ஷ்மியே தேவர்களின் வேண்டுகோளுக்கு இறங்கி மூவருள்ளிட்ட முப்பத்து முக்கோடி தேவர்களின் தேஜஸ்களினின்றும் தோன்றியதால் ஸர்வதேவதாஸ்வரூபிணி என்று போற்றப்படுகின்றாள். அனைத்து தேவர்களுடைய சின்னங்களும் அடை யாளங்களும் இவளிடம் தென்படுவதால் இவளே மகாலக்ஷ்மீ என்று அழைக்கப்படுகிறாள். லக்ஷ்ம என்றால் அடையாளம் என்று பொருள்படும்.

இவள் மகிஷா சுரனைக் கொன்றதால் மகிஷாசுர மர்த்தினீ என்பர். உலகத்திலுள்ள வர்களுடைய மந்த்ரங் கள் அனைத்தையும் தன் வர பலத்தால் வசமாக்கிக் கொண்ட துர்கமன் என்ற அசுரனைக் கொன்ற வள் இவள். அவனிடம் இருந்த மந்த்ரங்கள் ஜோதி ரூபமாய்ப் புறப்பட்டு துர்கா மாதாவிடம் ஐக்கியமாகி விட்டதால் இவள் சர்வமந்த்ரஸ்வ ரூபிணீ ஆக இருக்கிறாள்.

ஸர்வமந்த்ரமயே தேவி ஸர்வதேச ஸ்வரூபிணி

ஸர்வ சக்தி ஸ்வரூபேத்வம் மஹிஷாசுரமர்த்தினி எனத் துதிக்கின்றது புராணம். ஸத்வம் ரஜஸ்தமஸ் என்ற முக்குணம் கொண்ட தேவர்களில் தேஜோரூபிணியாய் இருப்பதால் இவளைத் திரிகுணா என்று புராணம் பேசுகிறது.

உயரிய ஆசிரமம் : சென்னை அம்பத்தூர் ஸ்ரீ பரத்வாஜ் ஆசிரமத்தில் பத்து நாட்கள் நவராத்திரி வெகு அற்புதமாகக் கோலாகலமாக, குதூகலமாகக் கொண்டாடப்பட்டது. கோபூஜை, சிவபூஜை, அதிஷ்டான பூஜை, மரகத காசி விஸ்வநாதர் பூஜை, பெருமாள் பூஜை, ஸ்ரீபரத்வாஜ் முனிவர் பூஜை முதலியன நித்தம் நடந்தன.

தினமும் சுவாசினிகளும் பக்தர்களும் கூடி ஸ்ரீலலிதா, துர்கா, பாலா, புவனேஸ்வரி, சியாமளா, வாராஹி, பிரத்யங்கிரா, ஸ்ரீவனதுர்கா, சண்டி, காளி சரஸ்வதி, மகாலட்சுமி ஆகிய சகஸ்ர நாமங்கள், அபிராமி அந்தாதி, லலிதா நவரத்தின மாலை முதலியன பக்தியுடன் பாராயணம் செய்தனர். நறுமணம் மிக்க அன்றலர்ந்த மலர்களால் அர்ச்சித்தனர்.

முதல் நாள் : காலையில் வாஞ்ச கல்ப கணபதி ஹோமம் நடைபெற்றது. சுவாசினிகள் அர்ச்சனைகள் செய்தனர். மாலையில் ஸ்ரீ புவனைக்கு வைஷ்ணவி அலங்காரம் செய்திருந்தனர். கண்டவர் கண்களையும், கருத்தையும் கொள்ளை கொண்டது அந்தக் காட்சி. சிவப்புப் பட்டுச் சேலையும் கருநீலப்பட்டு இரவிக்கையும் வெகு அழகாக இருந்தது.

2ஆம் நாள் : காலையில் காயத்ரி ஹோமம் நடைபெற்றது. சீடர்கள் லட்சார்ச்சனை செய்தனர். மாலையில் புவனேஸ்வரிக்கு அன்னபூரணி தேவி அலங்காரம் செய்து இருந்தனர். ஒரு கையில் கரண்டியும், மற்றொரு கரத்தில் அன்னப் பாத்திரத்தையும் தாங்கி இருந்தாள் அன்னை.

கரும் பச்சை வர்ணச் சேலையும், சிவப்பு ரவிக்கையுமாய் படுஜோராக இருந்தாள். அதனைக் கண்டவர் மயங்கினர். அங்கிருந்து அகலவே யாருக்கும் மனமில்லை.

3ஆம் நாள் : கமலாத்மிகா ஹோமம் நடைபெற்றது. மாடியில் ஆசிரமத்தில் ஒரு பெரிய குத்து விளக்கிற்கு அம்மன் போல் அலங்கரித்து பட்டு சேலை கட்டி, பூமாலைகளும், தாலியும் சாற்றி இருந்தனர். ஐம்முக தீபம் ஏற்றினர். சுற்றிலும் சீடர்கள் பக்தர்கள் கூட்டம் நிரம்பி வழிந்தது. இருபது பேர் திருஷ்டி துர்கா மந்திரம் சொன்னார்கள். மற்றவர் ரூபம்தேஹி, ஜெயம்தேஹி, யசோதேஹி, த்விஷோஜயி, ஓம் ஐம் ஹ்ரீம் க்லீம் சாமுண்டானய விச்சே என்று மூல மந்திரம் கூறினர். இருவர் ஸ்ரீதேவி மகாத்மியம் எனும் சப்தசதி சுலோகங்களை ஒவ்வொன்றாய் பாராயணம் செய்தனர். தூப தீப ஆரத்தி முடிந்து அன்னதானம் நடைபெற்றது. தினமும் ஆயிரக்கணக்கானவர் சாப்பிட்டனர்.

ஸ்ரீ சுவாமிகள் சுரதமகாராஜன் மற்றும் சமாதியின் கதை கூறினார். ராஜா ராஜ்ஜியம் இழந்தும், வைசிய னான சமாதி முன் செல்வம் முழுதும் இழந்து தவித்தனர். இருவரும் சுமேதஸ் முனிவரைச் சரணடைந்தனர். அவரைக் குருவாக ஏற்று பதுகை பர்வதம், மகிஷாசுரமர்த்தினி வதம், சம்பநிசும்பவதம் பற்றி அறிகின்றனர். அம்பிகையைப் பற்றி அறிந்து அவளது ஆற்றலையும், அருளையும் உணர்கின்றனர். மேதஸ்முனிவரைக் குருவாக ஏற்று அம்பிகை பற்றித் தெரிந்து கொள்கின்றனர். பின்னர் தவமிருந்து சுரதன் தன் இராஜ்ஜியத்தையும், சமாதி ஞானத்தையும் வரமாகப் பெற்ற கதைகளைக் கூறினார். குரு பக்தியும், குருசேவையும் இருந்தால் எதனையும் பெறலாம். இழந்ததை மீட்டுப் பெறலாம் என்றும் தெரிவித்தார்.

மாலையில் ஸ்ரீ மகாராக்ஞ என்ற லலிதா சகஸ்ரநாமா வளிக்கு ஏற்ப ஸ்ரீ மஹா ராணியாக அம்பிகை ரோஜா வர்ணச் சேலையுடன் பச்சை நிற ரவிக்கையுடன் காட்சி தந்து கண்டவர் அனைவரையும் ஆண்டு கொண்டு, அவர்களை ஆட்கொண்டு அருளினார்.

4ஆம் நாள் : மூன்று பெரிய குத்து விளக்கு களுக்கு பட்டு சேலை சாற்றி, மாங்கல்யச் சரடும், மஞ்சள் சரடும் சாற்றி அலங்கரித்து இருந்தனர். அவற்றில் மகாலட்சுமி, துர்கை, மகாசரஸ்வதியை அவற்றில் முறையே ஆவாஹணம் செய்து பூஜித்தனர். நறுமணமிகு மலர்களால் அர்ச்சித்தனர்.

வனதுர்கா, நவாக்ஷரி மந்திரங்கள் அனைவரும் கூற, இருவர் சப்தசதி சுலோகங்களை பக்தியோடு பாராயணம் செய்தனர். அற்புதமான பூஜையும் மந்திரங்களின் முழக்கமும் மனதை பக்திப் பரவசத்தில் ஆழ்த்தியது.

மாலையில் அம்பிகை புவனேஸ்வரிக்கு மகா லட்சுமி அலங்காரம். மஞ்சள் வர்ணப் புடவை கருநீல வர்ண சட்டையுடன் அம்பிகையின் எழிற்கோலமும், தலையில் சடையும் மல்லிகை மலர் மாலையுடன் கரும்சிவப்பு ரோஜாமாலையும் நம்மை வைகுந்தத்திற்கே அழைத்துச் சென்றது போலிருந்தது. இத்தேவியை கண்டவர்களுக்கு செல்வப் பற்றாக்குறையே ஏற்படாது என்பது திண்ணம். அன்னதானம் நடந்தது.

5ஆம் நாள் : சுவாசினிகள் அம்பிகைக்கு அர்ச்சனை செய்து கொண்டிருந்தனர். காலையில் வாராஹி அம்மனை அலங்கரித்து வைத்திருந்தனர். அவளது நீல வண்ணமுகமும் மஞ்சள் பட்டாடையும் கண்டவர் நெஞ்சங்களைக் கவர்ந்தன.

அத்தர், புனுகு, ஜவ்வாது, பன்னீர், சந்தனம் எல்லாம் கலந்து உருட்டிய சந்தன உருண்டைகளை வைத்திருந்தனர். மணக்கும் அந்தச் சந்தன உருண்டை களை சுவாமிகள் ஒவ்வொன்றாய் எடுத்து வாராஹி தேவியின் விக்ரகத்தின் நளின மலர் பாதத்தில் பொருத்தினார். பின்னர் அந்த அச்சுகள் பதித்த சந்தன உருண்டைகளை பக்தர்களின் கூட்டத்தில் இருந்த சிலரை அழைத்து ஆசீர்வதித்துத் தந்தார். அதனை அவர் கையால் பெற்றவர் தம் பாக்கியத்தை எண்ணிப் பெருமிதம் கொண்டனர். ஆனந்தக் கண்ணீருடன் பெற்றுச் சென்றனர்.

பலர் அவரிடம் வந்ததும் தம் கஷ்டங்களைக் கூறி அழுதனர். சுவாமிகள் அன்புடன் அர்ச்சித்த மலர்களை யும் சந்தனத்தையும் தந்து அனைவரையும் ஆசிர்வதித்தார். பக்தர் களைப் பரிவுடன் அவரது கரங்களைத் தொட்டு ஆறுதல் கூறினார். இனி உங்களுக்குக் கஷ்டமே இல்லை. வாராஹி துணை வருவாள் என ஆசி வழங்கினார்.

அதன்பிறகு அனைவரும் ஓம் ஐம் க்லீம் சௌம் சிவசம்பு வாராஹி வாவா ஹீம்பட் ஸ்வாஹா என்று மந்திரங்கள் கூற

சுவாமிகள் மணமிகும் 10000 ரோஜா மலர்களால் அர்ச்சித்தார். அம்மனின் மலர் பாதங்களில் தமது தளிர்மலர் கரத்தால் பூக்களை பக்தியோடு மிருதுவாக சமர்ப்பித்தார். அந்த மலர் குவியலின் மேல் பதினாறு வண்ண வண்ண பட்டுப் புடவைகளை விரித்து ஒவ்வொன்றாக அம்மனின் பதமலர் கமலங்களில் சமர்ப்பித்தார். அதனை அவரது சீடர்கள் பவ்யமாக எடுத்து வைத்தனர். தூபதீப நைவேத்தியமுடன் ஆரத்தி முடிந்து அன்னதானம் நடைபெற்றது.

மாலையில் அம்மனை கருநீலவர்ண பட்டுப் புடவை கட்டி கால்களை ஒயிலாகத் தொங்கவிட்ட வண்ணம் ஊஞ்சலின் மலர்க் கயிறுகளைப் பிடித்து ஆடுவது போல் குமாரியாக அலங்கரித்து இருந்தனர். அம்மனே கன்னிப் பெண்ணாக இருந்த அழகை வர்ணிக்கவும் வேண்டுமோ? வைத்த கண்கள் வாங்க முடியாமல் அவளைக் கண்டு பக்தர்கள் ரசித்து பூஜித்தனர்.

ஸ்ரீ புவனேஸ்வரி சுவாமிகள் அதிஷ்டானத்தில் ஸ்ரீசோடச மஹாலட்சுமி குபேர பூஜை நடைபெற்றது. பதினாறு குத்து விளக்குகளில் 16 மகாலட்சுமிகளை ஆவாஹனம் செய்து நட்ட நடுவே ஸ்ரீ ராஜ ராஜேஸ்வரியை வெள்ளி ரதத்தில் பூஜித்தனர். சுவாமிகள் அபிராமி அந்தாதி பாடல்கள் இரண்டிற்கும் லலிதா திரிசதியில் சில நாமாவளிகளுக்கும் அர்த்தம் கூறினார்.

தண்ணளிக்கென்று முன்னே பல கோடி தவங்கள் செய்வார்
பண்ணளிக்கும் செல்வமோ பெறுவார் மதி வானவர்தம்
விண்ணளிக்கும் செல்வமும் அழியாமுக்தி வீடுமன்றோ
பண்ணளிக்கும் சொற் பரிமள யாமனைப் பைங்கிளியே

(15ம் பாடல்)

வருந்தாவகை என்மனத் தாமரையினில் வந்துபுகுந்
திருந்தாள் பழைய இருப்பிடமாக இனி எனக்குப்
பொருந்தா தொரு பொருள்இல்லை விண்மேவும் புலவருக்கு
விருந்தாக வேலை மருந்தானதை நல்கும் மெல்லியலே

(90வது பாடல்)

என்று அபிராமி அந்தாதியில் அபிராமி பட்டர் கூறுகிறார்.

முன் ஜென்மத்தில் நாம் செய்த பூஜை பக்தியின் காரணமாக அவளுக்கு அம்பிகைக்குப் பழக்கமான அந்த மனத்தாமரையினில் வந்து தானே பரிவோடு அமர்ந்து கொண்டு எல்லாவற்றையும் அருளிய அந்தத் தேவியின் கருணை பற்றி விளக்கிக் கூறினார்.

ஹ்ரீங்காரமான அந்த வனத்தில், கிளியாக, பறவை யாக, குயிலாக, அன்னமாக, மயிலாக அம்பிகை வருகிறாளாம். நிஜ ஆஸ்ரிதரான பக்தர்களின் மனமான தடாகத்தில் வந்து அமர்ந்து அவர்தம் மனதிலிருந்து பக்தி எனும் பாலைப் பருகி மகிழ்ந்து அனைத்தும் அருள் கிறாளாம். அதனன செவிமடுத்த பக்தர்கள் பேரானந்த நிலைக்கே சென்றனர்.

பின்னர் குபேரரை பூஜித்த காசு, மலர், குபேரர் பொம்மைகளை சுவாமிகள் பக்தர்களுக்குத் தந்தருளி னார். அன்னதானம் தொடர்ந்தது.

(பௌர்ணமி பூஜை : சென்னை அம்பத்தூர் கள்ளிக்குப்பம் கங்கை நகர் ஸ்ரீயோக மாயா புவனேஸ்வரி பீடத்தில் பிரதி மாதம் நடக்கும் பௌர்ணமி பூஜையன்று ஸ்ரீயோக மாயா புவனேஸ்வரி தேவிக்கு 64 விதமான அபிஷேகம் மற்றும் சகஸ்ரநாமம், புஷ்பாஞ்சலி, இரவு நிலா பூஜையும் நடைபெறுகிறது. கல்வியில் அதிக மதிப்பெண் பெற்று தேர்ச்சி பெறவும், கோர்ட் வழக்குகளில் வெற்றி பெறவும், ராஜாங்க காரியங்களில் பதவி உயர்வு பெற்று மேன்மை அடையவும் இல்லங்களில் சண்டை, சச்சரவு இல்லாமல் மனசாந்தியுடன் கூடிய வாழ்வு கிடைக்கவும், ஆண், பெண் இரு பாலருக்கும் திருமணத் தடை நீங்கி மங்கள வாழ்வு கிடைக்கவும், சுபமங்கள விசேஷ சுப சகுன காரியங்கள் நடக்கவும் மூன்று பௌர்ணமி தினங்களில் ஸ்ரீயோகமாயா புவனேஸ்வரியை தரிசனம் செய்யுங்கள். தொடர்புக்கு : 09884677555. Website : www.hreem.org)

*6*ஆம் நாள் : காலையில் ஸ்ரீசுப்ரமண்யருக்கு ஆறு சகஸ்ரநாமங்கள் ஆறு முகங்களுக்குமாகக் கூறி நறுமலர்களால் மொட்டவிழ் மலர்களால் பூஜித்தனர். பின்னர் தாம்பூலதாரிணி பூஜை நடந்தது. *5000* பேருக்கு சுவாமிகள்

புதுப்புடவைகள் தந்தருளினார். கூட்டம் அலைமோதியது. பின்னர் ஆயிரம் பேர்களுக்கு புதுச்சேலைகள் தந்தருளினார். அவர்கள் புது சேலை தரித்து நலங்கு இட்டுக் கொண்டு மாடிக்கு வந்தனர்.

ஜெய ஜெய புவனேஸ்வரி, ஜெய மாதா புவனேஸ்வரி என்ற கோஷத்தினை பக்திப் பரவசத்துடன் அனைவரும் கூறினர். அவர்கள் ஏழு நதிகளிலிருந்து எடுத்து வந்த மண்ணைப் பரப்பி அதன் மீது பட்டுத் துணி விரித்து அதன்மேல் நடந்து வரச் செய்து பன்னீர் தெளித்து சாமரம் வீசி கொடை பிடித்து, மலர்மாலை அணிவித்து சந்தனம், குங்குமம் கொடுத்து அழைத்து வந்து மரியாதையுடன் பக்தியுடன் அமர்த்தினர். பதினாறு திதி நித்யா தேவதைகள், நவதுர்க்கை, அஷ்டலட்சுமி, வாராஹி, ராஜமாதங்கி, திரிசதி தேவதைகளாக ஆவாஹனம் செய்து சௌபாக்கிய த்ரவ்யம், தாம்பூலம், தட்சணை முதலியன சுவாமிகளே தந்து பூஜித்தார். 40 வகையான பட்சணம், பதார்த்தங்களுடன் அன்னதானம் செய்தார்.

சுமங்கலிகள் நடந்து வந்த பாததூளிகளை மணலை சேகரித்து ஒரு வெள்ளிப் பேழையில் வைத்து பூஜித்தார். இந்த பூஜையின் மகத்துவம் ஆயிரம் தலை கொண்ட ஆதிசேடனும் கூற முடியாது. அத்தனை சிறப்புடைய தாகும். அம்மனுக்கு பேரானந்தம் தரும் பூஜையிது. கேட்டவரம் உடனே தரவல்லது.

மாலையில் கௌமாரி அலங்காரத்தில் ஸ்ரீபுவனேஸ்வரி வேல் தாங்கி மயில் மீது அமர்ந்த கோலம் மக்களை பிரமிக்க வைத்தது. கோரிய வரங்களைத் தரும் வேல் ஏந்திய எழிற்மிகு அலங்காரத்தைக் கண்டவரது மனம் அம்பிகையிடம் பறந்து சென்று அடைக்கலமானது. பின்னர் பஜன் நடந்தது. பக்தர்கள் பக்தியுடன் ஆடிப்பாடி மகிழ்ந்தனர். அன்னதானம் அற்புதமாக இருந்தது.

7ஆம் நாள் : ஸ்ரீ சூக்த ஹோமம் நடைபெற்றது. சுவாமிகள் குரு சேவையில் சிறந்த சீடனைப் பற்றி பேசினார். 48 நாட்கள் குருவும் சீடனுமாக விரதம் இருந்து வெறும் எலுமிச்சம்பழச் சாறு சாப்பிட்டு ஹோமம் செய்து வந்தனர். அந்த ஏழைச்சீடன் சிறிதும் முகம் சுளிக்காது மிகவும்

கஷ்டப்பட்டு அனைத்து வேலையும் செய்து குருசேவை புரிந்தான். ஹோமம் முடிந்ததும் அனைவருக்கும் அரசன் பலவித சொர்ண தானம், நெல்தானம் தந்தார்.

இறுதியாக இந்தச் சீடனை அழைத்து அவனுக்கு குருவின் ஆசிரமத்தின் பக்கத்திலேயே மனை, வீடு, செல்வம், தானியம், பொன்னை தந்து அங்கேயே தங்கி குரு சேவை செய்திட பணித்தான். குருசேவையால் கிட்டாதது எது? அவன் செல்வந்தனான கதை குரு பக்தியின் உயர்வை விளக்கியது. குரு சேவை மோட்சமும், கூட பெற்றுத் தரும் என்பது திண்ணம். பக்தர்கள் பக்தியில் கட்டுண்டு மயங்கினர்.

மாலையில் ஸ்ரீ புவனேஸ்வரிக்கு திருவாரூர் கமலாம்பிகை போல் மண்டிக்கால் போட்டு கத்தரிப்பூ வர்ண சேலையில் நீல ரவிக்கையுடன் அற்புதமாக அலங்கரித்து இருந்தனர்.

திருவாரூர் கமலாம்பாள் நிஜமாகவே தரிசனம் தருவதாக அந்தக் கோலம் கண்டவரை மெய்சிலிர்க்கச் செய்தது. நாளுக்கு நாள் மேன்மேலும் அழகுடன் பொலியும் அம்மனை பக்தர்கள் உள் நெஞ்சு உருகிடப் பணிந்தனர்.

8 ஆம் நாள் : பௌர்ணமி அன்று நடக்கும் அபிஷேகங்கள் போல் 64 வகைப் பொருட்களால் பால், தேன், தயிறு, சந்தனம், மஞ்சள், பழரசங்கள், லட்டு, ஜிலேபி, வடை, பாயசம், மூலிகைகள், பூக்கள் போன்றவற்றால் அபிஷேகம் செய்தனர்.

பால்குடம், கலச நீர் எடுத்து வந்த சீடர்களின் உடலில் அம்பிகை புகுந்து அருள் நடம் புரிந்தாள். பக்தர்கள் ஆனந்தப் பரவசமாய் மெய் மறந்து அழுது தொழுதனர்.

ஸ்ரீபரத்வாஜ் சுவாமிகள் பிருந்தாவனத்தில் பசுபட்சி மிருகங்கள் கூட, கோபியர்களுடன் கண்ணனை தங்கள் குருவாகக் கொண்டு அவர் பாதம் பட்ட இடங்களை மிதிக்காது ஒதுங்கி நடந்து சென்றன. விலங்குகள் பகை மாறி நட்புடன் ஒன்றாக வந்தன. பிறந்த பயன் அறிந்தன. ஞானம் பெற்றன. கல், மண், மரம் கூட கிருஷ்ணரின் அருளால் புனிதமாகின. கண்ணனை குருவாகக் கொண்டு பக்தர்களும்,

கோபர், கோபியர்களும் பர தத்துவமான கண்ணனுடன் ஜீவாத்தும தத்துவமாக இணைந்து களிக்கும் குரு மகிமை சிறப்பினை தெள்ளத் தெளிவாகக் கற்றுத் தந்தார் சுவாமிகள்.

குரு சேவையே மெத்த சிறந்த, சாலச் சிறந்ததென தெளிவித்தார். மானௌகக, சித்தௌகக, திவ்யௌகக குருமார்கள் தம் கருணா பிரவாகத்தால் சீடர்களை கடை தேற்றுவது பற்றி விளக்கினார்.

மாலையில் ஸ்ரீ புவனேஸ்வரி மோகினி அவதாரத் தில் பக்தர்களின் மனதில் அமுதாக அமர்ந்து அவர்தம் உடற்பிணி, மனப்பிணி தீர்த்தாள் அம்பிகை. அவளது மோகன அழகு அவளிடத்தில் பக்தர்களுக்கு பக்தி மோகத்தை பெருக்கெடுக்கச் செய்தது. பக்தியில் மயங்கிய பக்தர்கள் ஆனந்தமாகத் துதித்தனர். பார்க்கப் பார்க்கத் திகட்டாது பக்தர்களை ஆகர்ஷித்துக் கொண்டாள்.

9ஆம் நாள் : மேருவிற்கு நவாவர்ண பூஜையை ஸ்ரீ சுவாமிகளே பக்தியுடன் செய்தார். நேரம் போவது தெரியாமல் பக்தர்கள் பக்தி வெள்ளத்தில் மூழ்கினர். 20 சுவாசினிகளுக்கு ஒன்பது கஜம் புது சேலைகள் தந்தார் சுவாமிகள். அவர்கள் அதனைக் கட்டிக் கொண்டு பாதங்களில் நலங்கு பூசிக் கொண்டு வந்து அமர்ந்தனர். ஸ்ரீபரத்வாஜ் சுவாமிகள் அவர்களுக்கு விசேட அர்க்கியத்துடன் மலர்களுடன் தர்ப்பணம் செய்தார். அந்தக் காட்சி அனைவரையும் மோக்ஷ ராம்ராஜ்ஜியத்திற்குச் சென்றதைப் போன்ற பேரின்பத்தில், சேர்த்தது. சுவாசினிகள் தேவதைகளாகக் காட்சி தந்தனர். பக்தி வெள்ளம் அவர்களிடையே பொங்கிப் பெருகியது. தம்மையே மறந்தனர். காலையும் மாலையும் அன்னதானம் அற்புதமாக நடந்தது.

மாலையில் 5 மணி முதல் சண்டி ஹோமம் நடை பெற்றது. கூடை கூடையாக ஔஷதிகள், மூலிகைகள், திரவியங்கள், 20 பட்டுச் சேலைகள் என நூறு தாம்பாளங்கள் நிறைய, நிறைய மலர்கள், பதார்த்தங்கள், பட்சணங்கள், பழங்கள், உலர்ந்த பழங்கள், வேர்கள் என ஹோமத்தில் ஸ்ரீ சுவாமிகள் தாமே தமது தளிர் கரகமலங்களில் அன்புடன் தீ நாக்குகளில் பக்தியோடு தந்தார். அந்த ஹோமத்தீயின்

நாக்குகளில் தேவியின் திவ்யதரிசனம் தெரிய பலரும் புளகாங்கிதம் கொண்டனர்.

மாலையில் ஸ்ரீ புவனேஸ்வரி சரஸ்வதி அலங் காரத்தில் காட்சி தந்தாள். அவளது தேஜஸ் நம் புத்தி யிலும் பிரகாசித்தது. அப்பப்பா! எத்தனை அழகு! வர்ணிக்க முடியவில்லை. இரவில் பூர்ணாகதி முடிந்து நைவேத்தியம் கற்பூர ஆரத்தி ஆனபிறகு அனைவருக்கும் கலச தீர்த்தம், ரக்ஷைஹோமப் பிரசாதம், இனிப்புப் பட்சணங்களுடன் ஒவ்வொருவருக்கும் அக்கறையுடனும் அன்புடனும் தந்து அருள் வழங்கினார். அன்னதானம் அறுசுவையானது.

10ஆம் நாள் : காலையில் வழக்கம் போல் அர்ச்சனைகள் நடந்தன. மாலையில் ஸ்ரீபுவனேஸ்வரி தேவியை ஸ்ரீ காஞ்சி காமாட்சி அம்மன் போல் அலங்கரித்திருந்த விதம் கண்ணையும் கருத்தையும் ஒருங்கே அம்பிகையின் பதம் சேர்த்தது. தங்க வர்ண திரை சீலைகளின் முன்னே அம்பிகை அரக்கு சிவப்பு சேலை கட்டி அதிரூப சௌந்தரவல்லியாகக் காட்சி தந்து பக்தர்களை ஆட்கொண்டாள்.

ஸ்ரீபரத்வாஜ் சுவாமிகளும் நான்கு தம்பதிகளுமாக அம்மனைச் சுற்றிலும் நின்று மலர்களால், லலிதா சகஸ்ரநாமம், திரிசதி நாமாவளிகள் கூறி பக்தியோடு அர்ச்சித்தனர். எல்லாப் பக்கங்களிலும் புஷ்பமாரி பொழிய அம்பிகை ஸ்ரீ லலிதா பராபட்டாரிகாவாக ஸ்ரீகாமாட்சி அனைவரின் கண்களை ஊடுருவிப் போய் அவர்களது இதயத் தாமரையில் இருந்து அருளினாள்.

அம்பிகையின் கருணை மழையில் அனைவரும் மெய்மறந்து அம்பிகையுடன் ஒன்றி இருந்தனர்.

தினந்தோறும் இரண்டாயிரம் பேர்கள் அன்னதானம் பெற்றனர். வந்தவரெல்லாம் நவராத்திரி இவ்வளவு சீக்கிரமாக முடிந்து விட்டதா? என்று ஏங்கினர்.

கண்டிப்பாக அடுத்த முறையும் தவறாமல் வந்து ஸ்ரீபரத்வாஜ் சுவாமிகளுடன் அம்பிகையைப் பூஜிக்க வேண்டுமென வேண்டினர். வீட்டிற்குச் சென்றுதான் ஆக வேண்டுமே என திரும்பிப் போக விருப்பமின்றி வீடு திரும்பினர்.

❋❋❋

14

நவநவமாய் நர்த்தனமிட்ட நவநாயகிகள் பூஜையின் உடனடிப் பலன்கள்

நவராத்திரி என்றால் பழைய அஞ்ஞான இருட்டிலிருந்து ஞானஒளி மிகும் புதிய காலத்திற்குச் செல்வதால் நவராத்திரி நவமானது. நவீனமானது, நாள்தோறும் புதுமையானது.

"மாயையெனும் இருள் மறைப்பதால் ஈசுவரன் தெரிந்தும் தெரியாமலும் இருக்கிறான். சித்தமறியாதபடி சித்தத்தில் நின்றிலகு திவ்ய தேஜோமயத்தை அறிவதே ஞானம்" என்று தாயுமானவர் கூறுகிறார்.

புதியதான ஞான சூரியன் அறிவில் மிளிரும்போது பழைய அஞ்ஞானம் விலகி ஆத்மசுத்தி ஏற்படுகிறது.

சென்னை அம்பத்தூர் ஸ்ரீபரத்வாஜ் ஆசிரமத்தில் பத்து நாட்கள் நவராத்திரி உற்சவம் வெகு விமரிசையாகக் கொண்டாடப்பட்டது. கோ பூஜை, சிவ பூஜை, அதிஷ்டான பூஜை, மரகத காசி விஸ்வநாதர் பூஜை, பெருமாள் பூஜை, ஸ்ரீபரத்வாஜ் முனிவர் பூஜை முதலியன நித்தம் நடைபெற்றன.

ஸ்ரீசிவானந்தலஹரி, ஸ்ரீசௌந்தர்யலஹரி, தேவிபாகவதம், கீதா பாராயணம், ஸ்ரீருத்ர பாராயணம், ஸ்ரீசுக்ல யஜூர் வேத பாராயணம், ஸ்ரீலலிதா, துர்கா, பாலா, புவனேஸ்வரி, சியாமளா, வாராஹி, பிரத்யங்கிரா, வனதுர்கா, சண்டி, காளி, சரஸ்வதி, மகாலட்சுமி அகிய சகஸ்ர நாமாக்கள் படித்து, வாசம்மிகு அன்றலர்ந்த மலர்களால் மொட்டவிழ் மலர்களால் அர்ச்சித்தனர்.

முதலாம் நாள் : காலையில் “வாஞ்ச கல்ப கணபதி ஹோமம்” நடைபெற்றது. சுவாசினிகள் தினமும் இருவேளைகளும் சகஸ்ரநாமங்கள் சொல்லி நறுமலர்களால் அர்ச்சித்னர். மாலையில் “வைஷ்ணவி” அலங்காரம் செய்திருந்தனர். கண்டவர் கண்களையும், கருத்தையும் கொள்ளை கொண்டது அந்த காட்சி.

இரண்டாம் நாள் : காலையில் காயத்ரி ஹோமம் நடைபெற்றது. சுவாசினிகள் அர்ச்சனை செய்தனர். மாலையில் ஸ்ரீபுவனேஸ்வரிக்கு அன்னபூரணியாக அலங்காரம் செய்து இருந்தனர். அப்பப்பா! அதனைக் கண்டவர் மயங்கினர். அங்கிருந்து செல்லவே மனம் வரவில்லை. கொள்ளை அழகாக இருந்தாள்.

மூன்றாம் நாள் : “கமலாத்மிகா ஹோமம்” நடைபெற்றது. மாடியில் ஆசிரமத்தில் ஸ்ரீபுவனேஸ்வரிக்கு எதிரில் ஒரு பெரிய குத்துவிளக்கு மிக அழகாகப் பட்டுப்புடவை கட்டி அலங்கரித்து இருந்தனர். பூமாலைகள் தாள சார்த்தி இருந்தனர். சுற்றிலும் சீடர்கள், பக்தர்கள் சூழ்ந்து அமர்ந்திருந்தனர். கூட்டம் நிரம்பி வழிந்தது.

20 சுவாசினிகள் திருஷ்டி துர்கா மந்திரம் கூறினர். மற்றவர் “ரூபம்தேஹி, ஜெயம்தேஹி, யசோதேஹி, த்விஷோஜயி, ஓம் ஐம் ஹ்ரீம் க்லீம் சாமுண்டாயை விச்சே” என்று மூல மந்திரம் கூறி இருவர் சப்தசதி சுலோகங்களைப் படித்தனர். மூலமந்திரங்களுடன் சப்தசதி பாராயணம் செய்து தூப தீப நைவேத்தியம் ஆரத்தி முடிந்து அன்னதானம் நடைபெற்றது. தினமும் ஆயிரக் கணக்கானவர் சாப்பிட்டனர்.

சுவாமிகள் பூஜையின் போது வந்து அமர்ந்து, சுரத மகாராஜன் என்ற க்ஷத்திரியனும், சமாதி என்கிற வைசியனும் இராஜ்ஜியத்தையும் செல்வத்தையும் இழந்து ஸ்ரீமேதஸ் முனிவரிடம் சரணாகதி அடைந்தனர். ஸ்ரீமேதஸ் முனியையும் தேவியையும் பற்றி விளக்கினார். திருமால் திருப்பாற்கடலில் சயனித்திருந்த வேளை அவரது காதுகளினின்று மதுகைடபர் என்று இரண்டு அசுரர்கள் தோன்றி பிரம்மனை எதிர்த்தனர். பிரம்மனின் பிரார்த்தனையைக் கேட்டு அவர்களுடன் போரிட்டு வெல்ல முடியாமல் அவர்களிடமே வரம் கேட்கிறார். காற்றில்லாத இடத்தில் தம்மைக் கொல்ல முடியும்

என்று அவ்வசுரர்கள் வரம் தர அவர்கள் கூறியது போல் தம் தொடைகளில் வைத்து அவர்களைக் கொன்றார்.

பின்னர் மகிஷன் தோன்ற தேவர்கள் பிரம்மா, விஷ்ணு, சிவனைத் தஞ்சமடைகின்றனர். அனைவருமாகக் கூடி அம்பிகையைத் துதிக்க ஒவ்வொருவரிடமிருந்து அவரவர் சக்திகள் பிரிந்து ஒரு தேவியாக பதினெட்டு கரங்களுடன் தோன்றுகிறாள். அவளே துர்கா பரமேஸ்வரியாகி மகிஷனை சம்ஹரிக்கிறாள். பின்னர் எப்போது அழைத்தாலும் வருவேன். உங்களைக் காப்பேன் என்று கூறி மறைகிறாள்.

அதன்பிறகு சும்ப நிசும்பர் என்ற அசுரர்கள் தோன்ற தேவர்கள் யாவரும் கூடி அழைக்க அம்பிகை உருவெடுத்து வந்து அவர்களையும் அவர்கள் சேனை களையும் மந்திரி சேனாதிபதிகளையும் அழிக்கிறாள். தேவியின் திருவருள் இன்றேல் ஏதும் நடவாது என்ற சுமேதஸ்முனிவர் சுரதமகாராஜனுக்கும், சமாதிக்கும் தெளிவாகக் கூறுகிறார். அவர்களும் சுமேதஸ்முனியை குருவாகக் கொண்டு தவம் செய்கின்றனர். அப்போது தேவி பிரத்யட்சமாகி "என்ன வரம் வேண்டுமெனக்" கேட்கிறாள். சுரதன் தன்னுடைய இராஜ்ஜியத்தையும் செல்வத்தையும் விரும்பி வேண்டிப் பெறுகிறான். சமாதி செல்வத்தால் ஆகப் போவதென்ன எனக்கு உன் திருவடி நிழல் வேண்டும் என்று பிரார்த்திக்கிறான். ஞான வானாகி சுமேதஸ் முனிவருடன் வாழ்கிறான். ஆக குருவருள் இருந்தால் கண்டிப்பாக இறைவனின் திருவருளைப் பெறலாம் என்பது திண்ணம் என்று ஸ்ரீபரத்வாஜ் சுவாமிகள் விளக்கினார். அனைவருக்கும் பூ பிரசாதம் தந்து ஆசீர்வதித்தார். பின்னர் அன்னதானம் நடந்தது.

மாலையில் ஸ்ரீபுவனேஸ்வரிக்கு மகாராணி போன்று "ஸ்ரீமஹாராக்ஞீ" செய்திருந்தனர். பார்த்தவர் பிரமிக்கும் வண்ணம் அவளது அழகு மெருகு ஏறி இருந்தது. கண்டவர் மலைத்து நின்றனர்.

நான்காம் நாள் : மூன்று பெரிய குத்துவிளக்கு களை துர்கா, லட்சுமி, சரஸ்வதியாகப் பாவித்து பட்டுத்துணி மாலைகள் சார்த்தி அலங்கரித்து இருந்தனர். மூன்று சுமங்கலிகள் அதன் முன்னே எதிரில் அமர்ந்து மணமிகும் ரோஜா மலர்களால் அர்ச்சித்தனர். இருவர் வனதுர்கா

மந்திரம் கூற மற்றவர் நவாக்ஷரி மந்திரம் கூறினர். இருவர் சப்தசதி ஸ்லோகங்களை ஒவ்வொன்றாகப் படித்தனர். அற்புதமான பூஜையும், மந்திரங்களின் முழக்கமும் மனதை பக்திப் பரவசமாக் கின. பூஜை முடிந்ததும் அன்னதானம் தொடர்ந்தது.

மாலையில் ஸ்ரீபுவனைக்கு "மகாலட்சுமி அலங் காரம்" செய்து இருந்தனர். பூமாலைகள் அம்மனுக்கு மேலும் அழகூட்டின. அவளழகைக் காண ஆயிரம் கண்கள் இருந்தாலும் போதாதோ எனத் தோன்றியது.

ஐந்தாம் நாள் : சுவாசினிகள் அம்பிகைக்கு சகஸ்ரநாமார்ச்சனைகள் செய்தனர். "வாராஹி" அம்மனை அலங்கரித்து வைத்திருந்தனர். ஸ்ரீசுவாமிகள், அத்தர், புனுகு, ஜவ்வாது எல்லாம் கலந்த மணமிகு சந்தன உருண்டைகளை ஒவ்வொன்றாய் "வாராஹி" அம்மன் பாதங்களில் பதித்தார். அந்த பாத அச்சுடன் கூடிய சந்தனத்தை பக்தர்கள் சிலரை அழைத்து அதனைத் தந்து, ஆசீர்வதித்தார். அவர் கையால் ஆசியுடன் அதனைப் பெற்றவர் தம் பாக்கியத்தை எண்ணி ஆனந்தக் கண்ணீருடன் பெற்றுச் சென்றனர். பலருக்கு அவர் அவர்களது கரங்களைப் பிடித்து ஆறுதல் கூறினார். பின்னர் அனைவரும் வாராஹி மந்திரம் "ஓம் க்லீம் ஸெளம் சிவசம்பு வாராஹி வாவா ஹும்பட் ஸ்வாஹா" என்று சொல்லிட, சுவாமிகள் நறுமலர்களை தமது தளிர் கரங்களால் அம்பிகையின் பாதங்களில் மிருதுவாகச் சேர்த்தார். ஆகா! என்னவோர் அற்புதக் காட்சி அது. கண்டவர் எல்லாம் மனம் பூரித்திட அம்பிகையைத் துதித்தனர்.

பிறகு அர்ச்சனை, செய்த மலர் குவியல்களின் மேல் சுவாமிகள் அம்மனின் பாதங்களில் பதினாறு வண்ண பட்டுப்புடவைகளை ஒவ்வொன்றாக அழகாக விரித்து சமர்ப்பித்தார். வகைவகையான பழங்களின் மீது தீபமேற்றி சுவாமிகள் ஆரத்தி செய்தார். சுவாமிகள் அருள்மிகும் தம் கரங்களால் அனைவருக்கும் சந்தனமும் அர்ச்சனை செய்த புஷ்பங்களும் தந்தருளினார். மாலையில் ஸ்ரீபுவனேஸ்வரிக்கு "ஊஞ்சலில்" ஆடுவது போல் குமரிப் பெண்ணாக அலங்கரித்து இருந்தனர். கன்னிப் பெண் அவள் ஊஞ்சல் கயிறுகளை பிடித்தாடுவது போன்ற அந்த தேவியின் எழில் பற்றி என்ன சொல்ல? பார்த்தவர் பிரமித்தனர். கண்களில் ஆனந்தக் கண்ணீர் வழிந்தோட வழிபட்டனர். வரம் வேண்டினர். தன்

வீட்டுப் பிள்ளைகளுக்கும், பெண்களுக்கும் திருமணமாகிட உள்ளம் உருகிடப் பிரார்த்தித்தனர்.

மற்றும் மாலையில் ஸ்ரீபுவனேஸ்வரி சுவாமிகள் அதிஷ்டானத்தில் ஸ்ரீசோடஸ மகாலட்சுமி குபேரபூஜை நடந்தது. பதினாறு விளக்குகள் கொண்ட வெள்ளித் தேரில் ஸ்ரீராஜராஜேஸ்வரி அலங்காரமாய் அமர்ந்திருந்தாள். ஸ்ரீசுவாமிகள் அபிராமி அந்தாதி பாடல்களுக்கும், லலிதா திரிசதி நாமாவளிகளுக்கும் அர்த்தம் கூறி பக்தர்களைப் பேரானந்த நிலைக்குக் கொண்டு சென்றார். பின்னர் ஒவ்வொரு விளக்கில் ஒவ்வொரு திதிநித்யா தேவதைகளை ஆவாஹனம் செய்து பூஜை செய்தனர். ஐந்தாவது மற்றும் பத்தாவது விளக்குகளில் பூஜை முடிந்ததும் முறையே இராஜசியாமளைக்கும் வாராஹிக்கும் இரண்டு கோணங்களில் இருத்தப்பட்டு பெரிய விளக்குகளில் பூஜை நடைபெற்றது. பதினைந்து விளக்குகளும் மத்தியில் இராஜராஜேஸ்வரியைச் சுற்றிலும் வரிசைக்கு ஐந்து விளக்குகள் ஐந்து தேவதைகளென முக்கோண வடிவில் பூஜிக்கப்பட்டனர். பின்னர் குபேரருக்குப் பூஜை செய்யப்பட்டது.

பூஜைகள் முடிந்ததும் ஒவ்வொருவருக்கும் சுவாமிகள் அர்ச்சனை செய்த குபேர காசுகள், பூக்கள் மற்றும் அட்சதைகள் தந்து ஆசீர்வதித்தார். பின்னர் அன்னதானம் நடைபெற்றது.

ஆறாம் நாள் : காலையில் முருகருக்கு ஒரு பெரிய விளக்கில் ஆறு முகங்களில் தீபம் ஏற்றப்பட்டு வேல் மற்றும் முருகரது திருவுருவத்திற்கும் ஆறுமுகங்களுக்கும் ஆறு சுவாசினிகள் சுற்றிலும் அமர்ந்து சகஸ்ர நாம அர்ச்சனைகள் படித்து மணமிகு மலர்களால் அர்ச்சித்தனர்.

பின்னர் 5000 சுவாசினிகளுக்கு ஸ்ரீபரத்வாஜ் சுவாமிகள் தம் கைகளாலே புதுப்புடவை தந்தருளினார். அனைவருக்கும் அன்னதானம் வழங்கப் பெற்றது. பின்னர் சுமார் 1000 சுவாசினிகளுக்கு புதுசேலைகள் தனியாக வழங்கப்பெற்றன. அந்த சிஷ்யைகளுக்குப் பாதத்தில் நலங்கிட்டு மலர் மாலைகள் சூட்டி அழைத்து வரப்பட்டனர்.

மாடியில் ஏழு நதிகளிலிருந்து மணல் கொண்டு வரப்பட்டு அதனைப் பரப்பி அதன்மேல் பட்டுத் துணி விரித்து

அதன் மீது அவர்களை நடந்து வரச் செய்தனர். அப்போது மற்ற சீடர்கள் அவர்களுக்குப் பன்னீர் தெளித்து சந்தனம் குங்குமம் வழங்கினர். குடைகள் தாங்கி அவர்களை அழைத்து வந்து அமரச் செய்தனர். பதினைந்து சுவாசினிகள் வரிசைக்கு ஐந்தாக முக்கோணமாக அமர்ந்திட அவர்களுக்கு நடுவே ஒரு சுவாசினியை அமர்த்தினர். பின்னர் இரண்டு பக்க ஓரத்திலும் வாராஹி, இராஜசியாமளையென பரிவார தேவதைகளாக இரண்டு இரண்டு சுவாசினிகளை அமர்த்தினர். நவதுர்க்கை மட்டும் அஷ்ட இலட்சுமிகளாகவும், பதினேழு பேர்களை அமர்த்தி மற்றவர்களை சகஸ்ர நாம தேவதைகளாக அமர்த்தினர். மூவரை தாம்பூல தாரிணிகளாக அமர்த்தினர். அனைவருக்கும் ஸ்ரீபரத்வாஜ் சுவாமிகளே தியான ஆவாஹண மந்திரங்களைச் சொல்லி மலர்களால் அட்சதைகளால் பூஜித்தார். விசேட அர்க்கியம், தாம்பூலம், சௌபாக்கிய திரவியம், தட்சணை யாவும் தந்து கற்பூர ஆர்த்தியும் செய்தார். பின்னர் அனைவருக்கும் 40 விதமான பட்சணங்கள், பதார்த்தங்கள், வடை, லட்டு, ஜிலேபி, பாயசம், பஜ்ஜி, சாம்பார், ரசம், மோர் குழம்பு என்று பலவகையாகப் பரிமாரி அனைவரையும் சாப்பிட வைத்தனர்.

பின்னர் அவர்கள் நடந்து வந்த மணலை எடுத்து ஒரு வெள்ளிப் பேழையில் வைத்து ஸ்ரீபரத்வாஜ் சுவாமிகளும் அவரது சீடர்களும் பூஜித்தனர். சுவாசினி கள் காலடிப்பட்ட மண் அம்பாள் காலடிபட்டதாகப் பாவித்து கொண்டாடி பூஜித்தால் அனைத்து வரமும் பெறலாம் என்ற லலிதா சகஸ்ரநாம பலஸ்துதி கூறுகிறது. இந்த மாதிரி விசேஷ பூஜை இவ்வளவு சிறப்பாக விதி பூர்வமாக இங்கே கொண்டாடப் படுவது போல் வேறெங்கும் பார்க்க முடியாது. வெகு அபூர்வமான அதிசய பலன்களைத் தரக்கூடிய பூஜையிது.

மாலையில் ஸ்ரீபுவனேஸ்வரியை "கௌமாரி" என்ற கோலத்தில் மயில் மீது அமர்த்தி வேல் கொடுத்து பூஜித்தனர். அந்தக் கண்கொள்ளாக் காட்சியைக் காண ஆயிரம் கண்கள் இருந்தாலும் போதாதோ எனத் தோன்றியது. அத்தனை அற்புதமாக இருந்தது.

அன்று பஜனை மிக மிக ஆனந்தமயமாக நடந்தது. பக்தர்கள் உற்சாகம் கொண்டு ஆடிப்பாடி மகிழ்ந்தனர்.

ஏழாம் நாள் : ஸ்ரீசுத்தஹோமம் நடைபெற்றது. சுவாமிகள் குருசேவையால் சிறந்த சீடனைப் பற்றிய கதை கூறி குருசேவை மகத்துவம் பற்றிப் பேசினார். 48 நாட்கள் விரதத்தோடு குருவுடன் பூஜை பணிகளில் மும்முரமாக செய்த ஏழை சீடனுக்கு குரு சொல்லாமலே அரசன் வீடும் மனையும் குரு ஆசிரமத்தின் அருகிலேயே தந்து, ஆயிரக்கணக்கான பொற்காசுகள் தந்த கதையால் குரு சேவை ஒன்றே அனைத்து நலனும் பெற்றுத் தரும் என்பது உறுதி என்று அருமையாகப் புரிய வைத்தார். மாலையில் ஸ்ரீபுவனேஸ்வரி தேவிக்கு "திருவாரூர் கமலாம்பாள்" போன்று அலங்காரம் செய்திருந்தது உள்ளத்தை ஆக்கிரமித்து மனதில் பக்தியைப் பெருக்கியது. ஆஹா திருவாரூரிலேயே போய் சேவித்தாற் போன்று அத்தனை ஆனந்தம் தந்தது. பக்தர்கள் பக்தி வெள்ளத்தில் மிதந்தனர்.

எட்டாம் நாள் : பௌர்ணமி அபிஷேகம் போல் 64 வகையான பொருட்களால் அபிஷேகம் நடைபெற்றது. சந்தனம், குங்குமம், மஞ்சள், பன்னீர், தேன், பழரசங்கள், லட்டு, வடை, ஜிலேபிகள், பாயாசம், பால், தயிர், வெண்ணை, மூலிகைகள், பூக்கள் என்று மிக அற்புதமாக கூடை கூடையாக, வாளி வாளியாக, குடம் குடமாக அபிஷேகங்கள் செய்தனர்.

பாற்குடம், கலச நீர் எடுத்து வந்த சீடர்களின் உடலில் அம்பிகை புகுந்து ஆவிர்பவித்து அருள் நடம் புரிந்தாள். பக்தர்கள் மெய் மறந்து பக்தியோடு பாடி ஆடினர். பஜனையின் உச்சக்கட்டத்தில் பகவானே தங்களுடன் வந்து பாடி ஆடியது போல் மகிழ்ந்தனர். அனுபவித்தவர்க்குத் தெரியும் அதன் சுகம்.

சுவாமிகள் உபன்யாசம் தொடர்ந்தது. பிருந்தா வனத்தில் கண்ணன் வேய்குழல் ஊதிட, கோபகோபியர் ரிஷி முனிவர்கள் பசு, பட்சிகள், விலங்குகள் கூட அவன் உடன் ஆடினவாம். கண்ண பெருமானேயே குருவாக ஏற்ற பசு, ஆடு, மாடு, காளை, எருதுகள், பறவைகள், விலங்குகள் யாவுமே அவன் காலடிபட்ட மண்ணைக் கூட மிதிக்காது. அவனையே சரணமாகக் கொண்டு அவனைச் சூழ்ந்து நடந்தனவாம். அத்தனை மரியாதை யும், பக்தியும் ஸ்ரீகிருஷ்ணரிடம் கொண்டு குரு பக்தியோடு அவனோடு பாடி ஆடி திரிந்ததையும் களித்ததையும் கூறி குரு சேவையை சாலச்சிறந்த சேவை எனத் தெரிவித்தார். சித்தௌக,

மானௌக, திவ்யௌக குருமார்கள் தம் கருணையால் தம் சீடர்களை நல்வழி நடத்தி, அறிவூட்டி, பக்தி கண்ணைத் திறந்து பக்குவமாக்கி, அவர்களைக் கடைத்தேற்றுவது பற்றி விளக்கினார். மாலையில் ஸ்ரீ புவனேஸ்வரி தேவிக்கு "மோகினி" அலங்காரம் செய்திருந்தனர். அமிர்த குடமும் கையுமாக சடை வைத்து அம்மன் ஒருக்களித்து அமர்ந்த அழகு கண்டவர் கண்களை ஈர்த்துக் கொண்டன. அவள் கண்களாலே பக்தர்களுக்கு அமிர்தம் வர்ஷித் தாள். பக்தர்கள் அவளது அமுத மழையில் உள்ளம் சிலிர்க்க உணர்வுகள் மகிழ்ந்திட ஆனந்தமயமாயினர்.

ஒன்பதாம் நாள் : நவாவர்ண பூஜை மேருவிற்கு ஸ்ரீசுவாமிகள் பக்தி பரவிட செய்தார். மணிக்கணக்காக நடந்த அந்த பூஜை மக்கள் மனங்களை ஈர்த்தது. பதினாறு சுவாசினிகளுக்கு ஒன்பது கஜ பட்டு நூல் புடவை தந்தருளினார். அவர்கள் அதனைக் கட்டிக் கொண்டு கால் பாதங்களில் நலங்கு இட்டுக் கொண்டு வந்தமர்ந்தனர். அனைவருக்கும் விசேஷ அர்க்கியம் கலந்த மலர்களால் விசேஷ தர்ப்பணம் செய்தார். அத்தனை சுவாசினிகளும் அவரது பூஜை விசேஷத்தால் தேவிகளாகவே காட்சி தந்தனர். அந்த இடமே புவனேஸ்வரி தேவி கோலோச்சும் மணித்வீபமாகக் காட்சி தந்தது என சொல்ல மக்கள் அனைவரும் ஸ்ரீநகரத்திற்கே சென்று லலிதாதேவியைத் தரிசனம் செய்த அனுபவம் பெற்று மகிழ்ந்தனர் என்றே சொல்லலாம். பக்தி வெள்ளம் பெருக்கெடுத்து அனைவரின் உள்ளத்தையும் நனைத்தது.

மாலையில் சண்டிஹோமம் அதி அற்புதமாக நடைபெற்றது. ஆயிரக்கணக்கானவர் கண்டு அருள் பெற்றனர். ஹோமத்தீ நாக்குகள் அம்பிகை போன்றும் புலி, சிங்கம் போன்று தோன்றியதை கண்ட பக்த வெள்ளம் "ஜெய் ஜெய் புவனேஸ்வரி" என்று ஜெ கோஷமிட அது விண்ணை எட்டியது போல் தோன்றி யது. அம்பிகையே கை நீட்டி பெற்றுக் கொள்வது போல் ஸ்ரீபரத்வாஜ் சுவாமிகள் பக்தியுடன் உள்ளன்புடன் தந்த ஆகூதிகளை தீநாக்குள் ஏற்றுக் கொண்ட விதம் மெய் சிலிர்த்தது. சப்தசதி சண்டி ஹோமம் பக்தர்கள் வேண்டியதை தந்தருளியது. மாலையில் ஸ்ரீ புவனேஸ்வரிக்கு "சரஸ்வதி" அலங்காரம் செய்திருந்தனர். அப்பப்பா! பார்த்தவர் மெய்சிலிர்த்தனர். அந்த கருணாரூபம் பார்த்தவரை

ஆகர்ஷித்தது. இரவில் சுவாமிகள் கலச தீர்த்தமும், ரக்ஷை, ஹோமப் பிரசாதம், இனிப்பு பட்சணங்கள் அனைவருக்கும் தாமே தந்தருளி கௌரவித்தார். பிரசாதம் பெற்றவர் தங்களை கிருத்தார்களாகக் கருதினர்.

பத்தாம் நாள் : காலையில் வழக்கம் போல் அர்ச்சனைகள் நடந்தன. மாலையில் அம்பிகை புவனேஸ்வரி "காமாட்சியாக" கருணை பொங்கிட காட்சி தந்தார். அப்பப்பா! என்னே அதன் மாட்சி. கண்டவர் பக்தியில் கரைந்தனர். மெய் புளகம் கொண்டனர். சுவாமிகளும் மூன்று தம்பதிகளும் சேர்ந்து சகஸ்ரநாம அர்ச்சனை மற்றும் திரிசதி நாமாவளிகள் சொல்லி நாலாபக்கமும் புஷ்பங்களால் வர்ஷிக்க அந்தக் காட்சி தேவர்கள் சூழ அம்மன் இருப்பது போல் தேவலோகத் திற்கே நம்மை கொண்டு சென்றது.

அதிசயம் அநேகம் : அச்சிறுப்பாக்கத்திலிருந்து வந்த கவிதா தம்பதியர்க்கு கல்யாணம் ஆகி 13 வருடங்களாக குழந்தைப் பேறு இல்லாது தவித்தனர். சென்ற நவராத்திரியில் அம்பிகையிடம் இனி எங்களுக்கு குழந்தை பிறக்கவில்லையானால், நான் இங்கு வரவே மாட்டேன் என்று அழுது புலம்பி இருக்கிறார். அவர் இந்த நவராத்திரியில் இரண்டு மாதங்களே ஆன இரட்டைக் குழந்தைகள் ஒரு ஆண், ஒரு பெண் குழந்தைகளைப் பெற்று அளவற்ற மகிழ்ச்சியுடன் அனைவரிடமும் அவர்களை காட்டி ஆசி பெற்று மகிழ்ந்தார். போன வருடம் ஸ்ரீ பரத்வாஜ் சுவாமிகள் கவலைப்படாதே... அடுத்த வருடம், உன் குழந்தைகளுடன் வருவாய் என்று ஆசி கூறினார். அவரது ஆசி பரிபூரணமானது பலிதமானது. தெய்வமே அவர் உருவில் எனக்கு இந்த பாக்கியம் அருளியுள்ளது என்று ஆனந்தக் கண்ணீர் சிந்தினார்.

***

www.ingramcontent.com/pod-product-compliance
Lightning Source LLC
LaVergne TN
LVHW100550051026
849519LV00003B/896
* 9 7 8 9 3 8 7 6 5 5 6 7 6 *